D1764521

தேவதையைத் தேடி...

சி று க தை க ள்

ஜி.ஆர்.சுரேந்தர்நாத்

சிக்ஸ்த்சென்ஸ் பப்ளிகேஷன்ஸ்
10/2 (8/2) போலீஸ் குவார்ட்டர்ஸ் சாலை
(தியாகராயநகர் பேருந்து நிலையத்திற்கும் காவல் நிலையத்திற்கும் இடைப்பட்ட சாலை)
தியாகராயநகர், சென்னை - 600 017
Phone: 2434 2771, 29860070, Cell: **72000 50073**
Sixthsense Publications 6 th sense_karthi
e-mail : sixthsensepub@yahoo.com
Website: www. sixthsensepublications.com

Publisher
K.S. Pugalendi
Managing Editor
P. Karthikeyan
Layout
M creative

Title: Thevadhayai Thedi...
Author :G.R. Surendarnath
Address:
Sixthsense Publications
10/2(8/2) Police Quarters Road,
(Between Thiyagaraya Nagar Bus Stop & Police Station)
Thiyagaraya Nagar, Chennai - 17
Phone: 2434 2771, 29860070
Cell: **72**000 **5**00**73**

Sixthsense Publications
6 th sense_karthi
e-mail : sixthsensepub@yahoo.com
Website: www. sixthsensepublications.com

Edition:
First : December, 2010
Second : Jaunary, 2020

Pages: 128
Price : Rs. 122

No part of this book may be reproduced or transmitted in any form without permission in writing from the author or publisher

நீங்கள் Smart Phone உபயோகிப்பவராக இருந்தால் QR Code Reader Application மூலம் இதை Scan செய்தால் நேரடியாக எமது இணையதளத்திற்கு சென்று மேலும் எங்கள் வெளியீடுகள் பற்றிய விவரங்களைப் பெறலாம்.

ISBN : 978-93-82577-51-5

தலைப்பு: **தேவதைத் தேடி...**
நூலாசிரியர் : ஜி.ஆர்.சுரேந்தர்நாத்
பக்கங்கள் : 128
விலை: 122
முதற்பதிப்பு : டிசம்பர், 2010
முதற்பதிப்பு : ஜனவரி, 2020

சிக்ஸ்த்சென்ஸ் பப்ளிகேஷன்ஸ்
10/2 (8/2) போலீஸ் குவார்ட்டர்ஸ் சாலை
(தியாகராயநகர் பேருந்து நிலையத்திற்கும் காவல் நிலையத்திற்கும் இடைப்பட்ட சாலை)
தியாகராயநகர், சென்னை – 600 017
தொலைபேசி : 24342771, 29860070
கைபேசி: **72**000 **5**00**73**
மின்னஞ்சல்: sixthsensepub@yahoo.com

இந்தப் புத்தகத்திலுள்ள எந்த ஒரு பகுதியையும் பதிப்பாளர் மற்றும் எழுத்தாளர் அனுமதியை எழுத்து மூலம் பெறாமல் பதிப்பிக்கக் கூடாது.

நன்றி

ஆனந்த விகடன்

◆

குங்குமம்

◆

உயிரோசை இணைய இதழ்

கதாசிரியர் – சில குறிப்புகள்

பெயர்	: ஜி.ஆர். சுரேந்தர்நாத்
கல்வி	: எம்.எஸ்சி., செயின்ட் ஜோசப் கல்லூரி, திருச்சி.
பெற்றோர்	: திரு.த. கோவிந்தராஜன் திருமதி. கோ.கௌசல்யாதேவி
மனைவி	: எஸ். சிந்துஜா
மகன்	: ஆர். ப்ரணவ் ரிஷி
பரிசுகள்	♦ 2002- ஆனந்த விகடன் ஓவிய சிறுகதைப் போட்டியில் முதல் பரிசு.
	♦ 2003- கல்கி, தினமலர்-வாரமலர் மற்றும் அமுத சுரபி சிறுகதைப் போட்டிகளில் இரண்டாம் பரிசு.

♦

கடந்த 10 ஆண்டுகளுக்கும் மேலாக ஆனந்த விகடன், கல்கி, குங்குமம் போன்ற இதழ்களில் தொடர்ந்து சிறுகதைகள் எழுதிவரும் ஜி.ஆர்.சுரேந்தர்நாத்தின் ஐந்தாவது சிறுகதைத் தொகுப்பு இந்நூல்.

♦

முன்னுரை

தேவதை என்று உச்சரிக்கும்போதே உங்கள் மனதில் யாரோ ஒரு பெண்ணின் முகம் தோன்றி மறைவதை என்னால் புரிந்து கொள்ள முடிகிறது. தங்கள் வாழ்க்கையில் ஏதேனும் ஒரு தேவதையையாவது கடந்து வராத மனிதர்கள் உண்டா? இந்தச் சிறிய வாழ்க்கையில்தான் நாம் எத்தனை தேவதை களைக் கடந்து வர வேண்டியுள்ளது.

வண்ணக் கோலப்பொடி கன்னத்தில் அப்பியிருக்க...போட்டு முடித்த கோலத்திற்கு நடுவே பூசணிப்பூவை வைத்துவிட்டு, விரல் நுனிகளால் தன் இளஞ்சிவப்புக் கீழுதட்டைத் திருகியபடி கோலத்தை நோட்டமிடும் அந்த மார்கழி மாத விடியற்காலை தேவதைகள்... கொலுவுக்குச் சென்ற வீட்டில், உள்ளங்கையில் சீடையை வைத்துவிட்டு கண்ணாடி வளையல்கள் கலகலக்க, ஒரு வெட்கப் புன்னகையுடன் உள்ளறைக்குள் மறைந்த அந்த நவராத்திரி தேவதைகள்... கோயில் நெய் விளக்குகளின் வெளிச்சம் முகத்தில் பிரகாசிக்க... நெருப்பின் வெக்கையால் துளிர்த்த வியர்வையில் நெற்றிக் குங்குமம் கரையக் கரைய, பட்டுப் பாவாடை, தாவணியில் விளக்கேற்றும் பெரிய கார்த்திகை தேவதைகள்... "அப்படியே முழுங்கறமாதிரி பாக்கறதப் பாரு..." என்றபடி குடத்து நீரைச் சிறிதள்ளி நம் முகத்தில் தெளித்துவிட்டு, ஈர இடுப்பில் ஏந்திய குடத்துடன் கடந்துபோன பைப்படித் தேவதைகள்... கல்லூரி இறுதி நாளில் அரையழுகையுடன், "என்னை மறந்துடாதடா" என்று ஆட்டோகிராஃப் போட்டுத் தந்துவிட்டு, பின்னொரு நாளில் திருவிழாவில் கடைத்தெருவில் கணவனுடன் காணும்போது, பார்க்காததுபோல் கும்பலுக்குள் மறைந்த அந்த கல்லூரிக் கால தேவதைகள்...

எத்தனை, எத்தனை தேவதைகள்? இவ்வாறு நாம் கடந்துவந்த, நம்மைக் கடந்து சென்ற தேவதைகளின் கதைகளே இந்தத் தொகுப்பு.

ஒவ்வொரு முன்னுரையிலும் சிலருக்கு நன்றி சொல்லும்போது, "நன்றி" என்ற மூன்றெழுத்து வார்த்தை எனக்குப் போதுமானதாக இருப்பதில்லை. ஒரு வங்கியில் நமக்குப் பேனா கடன் கொடுப்பவருக்கு நன்றி சொல்கிறோம்.

ஒரு விபத்தில் நமது உயிரைக் காப்பாற்றியவருக்கும் அதே நன்றியைத்தான் சொல்லவேண்டியிருக்கிறது. எனவே இங்கு கூறப்படும் நன்றிகளை, உயிரைக் காப்பாற்றியவருக்குக் கூறப்பட்ட நன்றி போலத்தான் எடுத்துக் கொள்ள வேண்டும்.

இத்தொகுப்பிலுள்ள கதைகளை வெளியிட்ட ஆனந்த விகடன், குங்குமம் வார இதழ்கள் மற்றும் கவிஞர் மனுஷ்யபுத்திரனின் உயிரோசை இணைய இதழின் ஆசிரியர் குழுவினருக்கும், என் எழுத்தின் மீதுள்ள பிரியத்தால் தொடர்ந்து எனது புத்தகங்களை வெளியிட்டுவரும் சிக்ஸ்த்சென்ஸ் பதிப்பக உரிமையாளர் திரு. புகழேந்தி அவர்களுக்கு நெஞ்சார்ந்த நன்றியைத் தெரிவித்துக் கொள்கிறேன்.

இப்புத்தகத்தின் அட்டைப்படத்தின் ஓவியரான இளையராஜாவின் ஓவியங்களை ஆனந்த விகடன் வார இதழின் கவிதைப் பகுதியில் பார்த்து அசந்து போனேன். இளையராஜாவின் ஓவியங்கள் அசல் தமிழ்ப்பெண்களின் முகம், வாழ்க்கை மற்றும் சூழலை முன் நிறுத்துகின்றன. இவரது ஓவியம் அட்டையில் இடம்பெற்றால் நன்றாக இருக்கும் என்று கருதி அவரை அணுகியபோது மிகவும் ஆர்வத்துடன் இந்த அட்டைப்பட ஓவியத்தை எனக்களித்த இளையராஜாவுக்கு எனது மனப்பூர்வமான நன்றிகள்.

மற்றும் இப்புத்தக அட்டையை வடிவமைத்த நண்பர் விஜயன், சிக்ஸ்த்சென்ஸ் பதிப்பக நண்பர்கள் ஜெயப் பிரகாசர், பாண்டியன், சுதாகர் மற்றும் வெங்கடேஷ் ஆகியோருக்கும் எனது புத்தகம் வரும்போதெல்லாம் என்னை விடவும் அதிகம் சந்தோசப்படும் எனது பெற்றோர்கள் மற்றும் பணம் அதிகம் செலவாகும் என்று தீம் பார்க் அழைத்துச் செல்ல மறுத்துவிட்டு, மறுநாளே மூவாயிரம் ரூபாய்க்குப் புத்தகங்கள் வாங்கிக்கொண்டு வந்து நிற்கும் என்னைப்போன்ற இரக்கமற்றவனைச் சகித்துக்கொள்ளும் மனைவி மற்றும் மகனுக்கும் பாசத்தோடு நன்றிகள்.

20.12.2010
சென்னை-28

சிநேகங்களுடன்,
சுரேந்தர்நாத்

மொபைல் : 9941769120
மின் அஞ்சல் : gsurendar@yahoo.com

சிறுகதைகளிலிருந்து சில துளிகள்...

'ஸ்ரவந்தி' சிறுகதையிலிருந்து...

"இந்த ரெண்டு கண்ணுலயும், ஒண்ணு தெரியும் பாரு" என்று நந்தா ஸ்ரவந்தியிடம் தன் இரண்டு கண்களையும் விரித்துக் காட்டினான்.

"ஒண்ணும் தெரியலையே..."

"நல்லாப் பாரு தெரியும். ஒரு அழகான பொண்ணு, உள்ள உட்காந்துகிட்டு, அடமா போமாட்டேங்கிறா."

லேசாக சிரித்த ஸ்ரவந்தி, "அதுக்கு என்னை என்ன பண்ணச் சொல்ற?" என்றாள்.

"ரொம்ப சிம்பிள். கண்ணுல இருக்குற பொண்ணு, ஹார்ட்ல வந்து உட்காரணும்."

"போய் அந்தப் பொண்ணுகிட்ட கேளு."

"அதான் கேட்டுகிட்டிருக்கேன்."

"நினைச்சேன். ரெண்டு வார்த்தை சிரிச்சு பேசிடக் கூடாதே. எனக்கு அந்த மாதிரில்லாம் ஐடியா ஏதும் இல்ல..."

"அப்படில்லாம் சொல்லக்கூடாது. நேத்து ராத்திரி முருகப்பெருமானே என் கனவுல வந்து, உன் வருங்கால மனைவியோட பேரு, 'ஸ்'ல ஆரம்பிச்சு, 'தி'ல முடியும். அவதாண்டா உன் பொண்டாட்டின்னு தெலுங்கு டப்பிங் பட தலைப்பு மாதிரி அடிச்சு சொல்லிட்டாரு. அதான் உன்கிட்ட சொல்லிட்டன்."

"அவ்ளோதானா? முருகப்பெருமான் வேற ஏதும் சொல்லலையா?"

"அய்யோ நிறையச் சொன்னாரு. நமக்கு மூணு தடவை ட்வின்ஸ் பிறக்குமாம்."

"செத்தேன்..."

‘கரைக்கு வெளியே’ சிறுகதையிலிருந்து...

“ரெண்டு பேரு ரொம்ப தாமதமா சந்திக்கிறதால, வாழ்க்கைல எவ்வளவோ முக்கியமான விஷயங்களை இழந்துடுறோம் இல்ல?” என்று சுமித்ராவிடம் கூறியபடி சிகரெட்டைப் பற்ற வைத்துக்கொண்டான் கணேஷ்.

“ஆமாம் கணேஷ். ஒரு இருபது வருஷத்துக்கு முன்னாடி, நாம்ப சந்திச்சிருக்கணும்.”

“என்னன்னவோ சொல்லணும்னு தோணுது.”

“எனக்கும்தான். ஆனா சொல்லி என்னாகப்போகுது? ரெண்டு பேருக்கும் கல்யாணம் ஆயிருச்சு.”

“யெஸ். போலித்தனமான இன்டியன் ஃபேமிலி செட் அப்.”

“அவ்வளவு சுலபமா போலித்தனம்னு சொல்லிட முடியாது கணேஷ். போலியா இருந்தா, உங்களைப் பத்தி நினைக்கறப்ப எல்லாம், ஏன் குடும்பத்தை நினைச்சு, குற்ற உணர்வு வரணும்?”

“குற்ற உணர்வு இருந்தாலும், மனசு அதை விரும்புதே...”

“ஆமாம்... எனக்குக் குற்ற உணர்வு வர்றப்பெல்லாம், இனிமே உங்ககூட அதிகம் பேசக்கூடாதுன்னு தோணும். ஆனா உங்களைப் பார்த்தவுடனே, எல்லாம் மறந்துபோய் பதினெட்டு வயசுப் பொண்ணு மாதிரி துள்ளுற மனச என்ன பண்ணமுடியும்? காத்துல பறக்குற முந்தானையை இழுத்து இடுப்புல செருகிக்கிற மாதிரி, மனசை இழுத்து செருகிக்க முடியல கணேஷ். ஆனாலும்... நாம பிரியறதத் தவிர வேற வழியில்ல. காத்தடிக்குற திசைலதான் பட்டத்தப் பறக்கவிடணும். எதிர்திசைல பறக்க விட்டா, ஒரு செகண்ட் ஜோரா பறந்துட்டு, சட்டுன்னு கீழ விழுந்துடும்.”

“அப்ப எல்லாத்தையும் மறந்துடவேண்டியதுதானா சுமி?”

“ஆமாம். மறந்துதான் ஆகணும். ஆனா எப்படி மறக்கறதுன்னு எனக்கே புரியல” என்ற சுமித்ரா கண்கள் கலங்க, “உங்களோட பேச்சுக்கு நான் சிரித்த சத்தம், இன்னும் என் காதுல ஒலிச்சுகிட்டேயிருக்கு. அந்த மாதிரில்லாம் நான் சிரிச்சு, எத்தனையோ வருஷமாச்சு. உங்க கூட இருந்த நிமிடங்கள்ல எல்லாம், மனசு மயிலிறகு மாதிரி பறந்துகிட்டே யிருந்துச்சு. அதயெல்லாம் எப்படி மறக்கமுடியும் கணேஷ்?”

பதிப்புரை

நம் எல்லோருடைய வாழ்க்கையிலும்... நாம் கடந்து வந்த பாதையில், மறக்கமுடியாத பல பெண்களை, தேவதைகளைத் தரிசித்திருக்கிறோம். வாழ்க்கையின் ஏதாவது ஒரு கட்டத்தில் திரும்பவும் அவர்களை நினைத்துப் பார்க்கக்கூடிய சந்தர்ப்பம் நமக்கு ஏற்படத்தான் செய்கிறது. நாம் சந்தித்த அந்த அழகான, வித்தியாசமான பெண்களைப் பற்றி மற்றவர்களிடம் பகிர்ந்துகொள்ள வேண்டும் என்று நமது மனதானது பரபரக்கும். ஆனால் நாம் அடைந்த அந்த அழகான உணர்வைப் பிறரிடம் பகிர்ந்து கொள்வதற்கான மொழி நமக்குக் கைவசமாவதில்லை. சுரேந்தர்நாத்துக்கு அது கைவந்த கலையாயிருக்கிறது. தனது கதைகளின் மூலமாக சுரேந்தர்நாத் சில அழகான, சில அற்புதமான, சில அபூர்வமான தேவதைகளை, நாம் சந்தித்த அதே போன்ற ஒருசில தேவதைகளை நம் கண்முன் கொண்டுவந்து காட்டுகிறார்.

ஆண்கள் குறுக்கிடும்போதுதான் தேவதைகளின் வாழ்க்கையில் சுவையானது கூடுகிறது. அந்த நிமிடத்திலிருந்து அங்கிருந்து ஒரு காதல் கதை ஆரம்பிக்கிறது. அப்படி ஆரம்பிக்கும் தேவதைகளின் காதலையும், வாழ்க்கையையும் கூறும் கதைகளை அடக்கியதே இந்த 'தேவதையைத் தேடி...'

இது சிக்ஸ்த்சென்ஸ் மூலமாக வெளியிடப்படும் சுரேந்தர்நாத்தின் ஐந்தாவது சிறுகதைத் தொகுப்பு. இதற்கு முன்பு வெளிவந்த சுரேந்தர்நாத்தின் காதல் தோல்வியின் வலிகளைச் சொன்ன 'தீராக்காதல்' புத்தகத்திற்குக் கிடைத்த நல்ல வரவேற்பே அவரை மேலும் எழுதத் தூண்டியது. எனக்கு அவரது அடுத்த தொகுப்பை வெளியிடுவதற்கான உற்சாகத்தையும் அதுவே கொடுத்தது.

சுரேந்தர்நாத்திடமுள்ள பெரிய பலம், கதாபாத்திரங்களுக் கிடையே நடக்கும் உரையாடல்களின் வழியாகவே அந்தக் கதையை நகர்த்திக்கொண்டு செல்வது. அந்த உரையாடல்கள் யதார்த்தமானதாக, சுவைமிக்கதாக, இரசிக்கக்கூடியதாக இருப்பதால் அலுப்புத்தட்டாமல் நம்மால் தொகுப்பிலுள்ள கதைகளையெல்லாம் புத்தகத்தைக் கீழே வைக்காமல் ஒரே மூச்சில் படித்து முடித்துவிட முடிகிறது. காதலர்களுக்கான

உரையாடல்களைத் தன் எழுத்தில் வடிக்கும்போது அவர் மிகவும் உற்சாகமாகி விடுவது தெரிகிறது. காதல் சொட்டச் சொட்ட... மெலிதான நகைச்சுவை ததும்ப, இளமையின் துள்ளலுடன் காதலர்கள் கலகலப்பாக உரையாடும் அந்தக் காட்சிகள் எல்லாம் படிப்பவர்களைப் புன்னகைக்க வைக்கும். தாங்களே அந்த உரையாடலில் ஈடுபட்டிருப்பதைப்போன்ற சுகமான அனுபவத்தைக் கொடுக்கும். இதற்கு உதாரணமாக இத்தொகுப்பில் உள்ள 'ஸ்ரவந்தி' மற்றும் 'கரைக்கு வெளியே' கதைகளைச் சொல்லலாம். சுரேந்தர்நாத்திடமுள்ள அடுத்த சிறந்த அம்சம் அவர் மிகவும் எளிமையான தமிழில். அதே சமயத்தில் மிகவும் சுவாரஸ்யமான நடையில் விறுவிறுப்புடன் கதைகளைக் கொண்டு செல்வதுதான்.

ஒரு சிறந்த எழுத்தாளருக்கான அத்தனை பலங்களுடனும் இத்தொகுப்பில் வரும் அத்தனை கதைகளும் அமைந் திருக்கின்றன. ஒரு மலைப்பகுதி கிராமத்தில் ஒரு பெண் டாக்டர் தன் பழைய காதலனைச் சந்திக்கும் 'பெருமழைக் காலம்' கதையில் மிகவும் சுருக்கமான வார்த்தைகளில் ஒரு மலைக்கிராமத்தின் வாழ்க்கையை நம் கண்முன்பு தத்ரூபமாக கொண்டுவந்து இவர் காட்டி விடுகிறார். 'கரைக்கு வெளியே' கதையில் ஒரு ஜெர்மனி நகரப் பின்னணியில் ஒரு அழகான காதல் கதையைச் சொல்லியிருக்கிறார். அதற்கு நேர் மாறாக 'இவர்கள்... இன்று... இவ்வாறு... காதலிக்கிறார்கள்' கதையில் ஒரு கிராமப்புறக் காதலை நகைச்சுவையுடன் சொல்லி யிருக்கிறார். எக்ஸ்பிரஸ் வேகத்தில் நகரும் 'நீலாக்கா' கதையின் க்ளைமாக்ஸோ ஒரு அதிர்ச்சி கலந்த சோகத்தை, ஒரு வெறுமையை நமக்கு அளிக்கிறது. வாழ்க்கை – 2010, வெந்து தணியாத காடு, ஆண் ஆகிய கதைகள் சுரேந்தர்நாத் காதல் இல்லாத கதைகளையும் நன்றாக எழுதுவார் என்பதற்குச் சாட்சியாக உள்ளன. இதுபோன்று இத்தொகுப்பில் உள்ள ஒவ்வொரு கதையையும் நான் ரசித்துப் படித்தேன். முதலில் நான் சுரேந்தர்நாத் எழுத்துக்களின் இரசிகன். அதற்குப் பிறகுதான் பதிப்பாளன். வாசகனாகிய எனக்கு மனநிறைவைத் தந்த கதைகள்தான் இதில் இடம் பெற்றுள்ளன. எனக்குப் பிடித்த இந்தக் கதைகள் அனைத்துமே உங்களுக்கும் பிடிக்கும் என்ற நம்பிக்கையுடன் இதை உங்கள் கைகளில் தவழ விடுகிறேன்.

சுப. புகழேந்தி

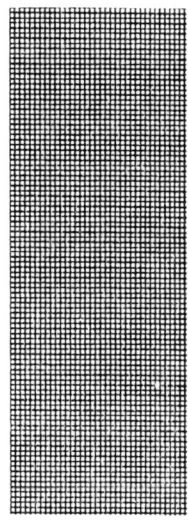

நட்புடன்
நாராயணனுக்கு...

பொருளடக்கம்

1. ஸ்ரவந்தி 13
2. வெந்து தணியாத காடு 26
3. கரைக்கு வெளியே 36
4. ஆண் 49
5. இவர்கள்...இன்று...இவ்வாறு...காதலிக்கிறார்கள் 61
6. நீலாக்கா 70
7. பெருமழைக்காலம் 80
8. வாழ்க்கை – 2010 94
9. முனிரத்னத்தின் கதாநாயகிகள் 108
10. தேவதையைத் தேடி... 119

1

ஸ்ரவந்தி

பத்தாம் வகுப்பில், ஐநூறுக்கு நானூத்தி எண்பது மதிப்பெண்கள் வாங்கிய நந்தா, நியாயமாகப் பார்த்தால் ப்ளஸ் டூவில், நிறைய மார்க் வாங்கி, டாக்டர் சீட் வாங்கியிருக்க வேண்டும். ஆனால் வாங்கவில்லை.

காரணங்கள்:

1. பக்கத்து லேடீஸ் ஹாஸ்டல் பெண்கள், தினமும் மாலையில் இறுக்கமான டீசர்ட் அணிந்து கொண்டு, டென்னிஸ் ஆடிக் கொண்டிருந்ததை, மொட்டை மாடியிலிருந்து வேடிக்கை பார்த்துக்கொண்டிருந்தது.

2. ஒரு வேண்டுதல் போல், வாரா வாரம் வெள்ளிக் கிழமை ஸ்கூல் கட் அடித்துவிட்டு, காலைக்காட்சி மலையாளப் படங்கள் பார்த்தது.

3. அக்கம், பக்கத்து பெண்களை வர்ணித்துக் கவிதைகள் எழுதியது.

கவனியுங்கள். மேலே சொன்ன மூன்று காரணங்களிலும் பெண்கள் வருகிறார்கள். இது ப்ளஸ் டூ மார்க் சீட்டைப் பார்த்தபோதுதான் நந்தாவிற்கு உறைத்தது. உடனே ஞானம் வந்து, இனிமேல் பெண்கள் பக்கமே தலை வைத்துப் படுப்பதில்லை என்ற முடிவோடு இருந்தான், ஸ்ரவந்தியை சந்திக்கும்வரை. ஸ்ரவந்தி? ஒரு கதையின் கதாநாயகியை இப்படி திடுதிப்பென்று அறிமுகப்படுத்தக் கூடாது என்பதால், பின்னர் நிதானமாக ஸ்ரவந்தியை வர்ணிக்கலாம்.

மார்க் குறைவானதால், சென்னை புறநகரில் உள்ள ஒரு எஞ்சினியரிங் காலேஜில், பேமென்ட் கோட்டாவில்தான் நந்தாவிற்கு சீட் கிடைத்தது. முதலாமாண்டு மாணவர்களுக்கு, சீனியர்கள் ஆடிட்டோரியத்தில் வரவேற்பு நிகழ்ச்சி வைத்திருந்தார்கள். பிற்காலத்தில் காலேஜை கதிகலங்கச் செய்யப்போகும் முதலாமாண்டு மாணவர்கள், அறியாப் பிள்ளைப் போல், பேந்த பேந்த விழித்துக் கொண்டிருந்தார்கள். நந்தாவுக்குத் தெரிந்தவர்கள் யாரும் இல்லாததால், அவன் மௌனமாக ஒரு தூண் ஓரம் உட்கார்ந்திருந்தான்.

திடீரென்று தூணிற்கு அந்தப் பக்கமிருந்து ஒரு பெண், "ஏய்... அனிதா... வாட் எ சர்ப்ரைஸ்... நீயும் இந்தக் காலேஜ்தானா?" என்று கேட்ட குரலிலிருந்த இனிமை அவனைத் தாக்கியது. இந்த 18 வயது கால வாழ்க்கையில், வெறும் குரலால் மட்டுமே அவன் எந்தப் பெண்ணையும் நோக்கி ஈர்க்கப்பட்டதில்லை. குரல் இனிமை மட்டுமல்ல. திடீரென்று தோழியைப் பார்த்தவுடன் ஏற்பட்ட எதிர்பாராத இன்ப அதிர்ச்சி... வியப்பு... பிறகு சந்தோஷம்... என்று அந்த இரண்டு வரிப் பேச்சில்தான் எத்தனை உணர்ச்சிகள்.

"அய்யோ... எனக்கு எவ்ளோ சந்தோஷமா இருக்கு தெரியுமா..." என்று அந்தக் குரல் தொடர்ந்து கேட்க, நந்தா

சட்டென்று எழுந்து தூணிற்கு அந்தப் பக்கமாகச் சென்றான். அதற்குள் அவர்கள் கிளம்பியிருந்தார்கள்.

"நான் ட்ரிபிள் இ... நீ...?" என்ற அந்தக் குரல் ரோஸ் சுடிதாரிடமிருந்து கேட்டது. அருகிலேயே ஒரு ஆரஞ்சு சுடிதார் பெண். பைத்தியக்காரன் போல் நந்தா அவர்கள் பின்னாலேயே செல்ல... பார்ப்பதற்கு ப்ரொஃபஸர் போல் தெரிந்த ஒருவர், அவனை நிறுத்தி, அருகில் காலியாக இருந்த நாற்காலியைக் காட்டினார். வேறு வழியின்றி உட்கார்ந்த நந்தா அவர்களைத் தேடினான். அதற்குள் அவர்கள் கும்பலில் மறைந்து விட்டிருந்தார்கள்.

சிறிது நேரத்தில் நிகழ்ச்சி ஆரம்பித்தது. பிரின்ஸிபால் மேடம் கல்லூரியின் பெருமைகளை எல்லாம் அளந்துவிட்டு, புது மாணவர்களுக்கு வரவேற்பும் கூறி விட்டுச் அகன்றுவிட... மாணவர்களின் நிகழ்ச்சிகள் ஆரம்பமானது.

முதலாமாண்டு மாணவர்களை வரவேற்று ஒரு பெண், நந்தா கேள்விப்பட்டிராத ஒரு பாப் பாடலைப் பாடினாள். பாடி முடித்தவுடன் அவள், "நெக்ஸ்ட்... புதுசா வந்துருக்குற, ஃபர்ஸ்ட் இயர் ஸ்டூடன்ட் யாராச்சும் பாடணும். வாங்க. கம் ஆன்... யாராச்சும் வாங்க..." என்று கூற, மாணவர்கள் மத்தியில் சலசலப்பு. அனைவரும் ஒருவரை ஒருவர் பார்த்துக்கொண்டனர். ஆனால் யாரும் எழவில்லை.

மேடையில் அந்தப் பெண், "என்ன... ஒருத்தர் கூட பாடறதுக்கு இல்லையா? இந்த வருஷம் ஃபர்ஸ்ட் இயர் ஸ்டூடன்ஸ் எல்லாம், சரியான மொக்க ஸ்டூடன்ட்ஸா?" என்று கேட்க, அனைத்து முதலாமாண்டு மாணவர்களும், "நோ... நோ..." என்று கத்தினார்கள்.

"அப்ப யாராச்சும் மேடைக்கு வாங்க..." என்று அந்தப் பெண் கூற, கூட்டத்திலிருந்து முதலில் அந்த ஆரஞ்சு நிற சுடிதார் பெண் எழுந்தாள். பிறகு அருகிலிருந்த ரோஸ் சுடிதார் பெண்ணை வலுக்கட்டாயமாக எழுப்பி, மேடையை நோக்கி அழைத்துச் சென்றாள்.

நந்தா பரபரப்பானான். இவளேதான். மேடையில் அந்த ரோஸ் சுடிதார் பெண், வெட்கத்துடன் தலையைக்

குனிந்துகொண்டு நின்றாள். மாநிறம்தான். ஆனால் நல்ல திருத்தமான முகம். அழகு என்று பார்த்தால், சுமாருக்கு மேல். சூப்பருக்கு கீழ்.

மைக்கைப் பிடித்த ஆரஞ்சு சுடிதார் பெண், "ஹலோ ஃப்ரண்ட்ஸ். என் பேரு அனிதா. பயப்படாதீங்க. இந்தக் குரல வச்சுகிட்டு, நான் பாடி உங்கள பயமுறுத்த மாட்டேன். என் ஃப்ரண்டு ஸ்ரவந்தி, சூப்பரா பாடுவா. அவ பேசறதே சங்கீதம் மாதிரிதான் இருக்கும். பாடினா... சொல்லவே வேண்டாம்... நீங்களே கேளுங்க." என்று கூற நந்தா நிமிர்ந்து உட்கார்ந்தான். ஸ்ரவந்தி மைக்கை வாங்காமல், 'ஏய்... வேண்டாம்டி..." என்று கூறியது காதில் கேட்டது. சந்தேகமேயில்லை. அவளேதான்.

"மேடைக்கு வந்துட்டு மானத்த வாங்காதடி. பாடுறி..." என்று அனிதா கூற, ஸ்ரவந்தி மைக்கை வாங்கினாள். மாணவர்கள் அங்கங்கே சலசலப்பாகப் பேசிக்கொண்டிருக்க... அந்த இரைச்சலுக்கு நடுவே, கண்களை மூடிக்கொண்டு ஸ்ரவந்தி பாட ஆரம்பித்தாள்.

ரகசியமாய்... ரகசியமாய்...
புன்னகைத்தால்
பொருள் என்னவோ

என்று அவள் ஆரம்பிக்க, மொத்த இரைச்சலும் சட்டென்று அடங்கியது. காரணம்: அந்தக் குரலிலிருந்த இனிமை.

அதிசயமாய்... அவசரமாய்...
மொழி தொலைந்தால்
பொருள் என்னவோ

என்று அவள் அடுத்தடுத்த வரிகளுக்குப் பயணிக்க, அரங்கில் பயங்கர அமைதி. வெளியே மைதானத்தில் நின்று கொண்டிருந்த பலரும், மெதுவாக அரங்கத்தினுள் நுழைந்தனர். அவள் பாடுவதைக் கேட்க, கேட்க... நந்தாவுக்குள் ஏதேதோ நடந்தது.

இலை வடிவில் இதயம் இருக்கும்
மலை வடிவில் அதுவும் கனக்கும்
சிரித்து சிரித்து சிறையிலே
சிக்கிக் கொள்ள அடம் பிடிக்கும்...

என்று அவள் பல்லவியை முடித்த கணத்தில், அவ்ன் தன் வசத்தில் இல்லை. உயிரை ஊடுருவும் குரல் என்பார்களே... அது இதுதானோ?

அவள் பாடி முடித்தவுடன், எழும்பிய கைத்தட்டல் அடங்க வெகு நேரமானது. பிரின்ஸிபால் மேடம் மேடையேறிச் சென்று, அந்தப் பெண்ணைக் கட்டிப் பிடித்து நெற்றியில் முத்தமிட்டார். அவருடன் மானசீகமாக அவனும் அவள் நெற்றியில் முத்தமிட்டான். அந்த வினாடி முதல் அவன் அவளைக் காதலிக்க ஆரம்பித்தான்.

ஆனால் இந்தியக் காதலில், காதலிப்பதற்கு முன்பு சில சம்பிரதாயங்கள் உள்ளன. ஓரக்கண்ணால் பார்த்துக் கொண்டே ஒரு வருடத்தை ஓட்ட வேண்டும். "ஓ... பெண்ணே" என்று ஆரம்பித்து கவிதைகள் எழுத வேண்டும். இரவுகளில் தூக்கம் வராமல், மேற்கூரையைப் பார்த்தபடி புன்னகைக்கவேண்டும். இவையெல்லாம் முடிந்து, காதலிப்ப தற்கு நந்தாவிற்குப் பொறுமையில்லை. எனவே 'மௌனராகம்' கார்த்திக் போல் அதிரடியாக களத்தில் இறங்கினான்.

ஸ்ரவந்தியும், நந்தாவின் வகுப்பே என்பதால், மிகவும் வசதியாகப் போய்விட்டது. மறுநாளே ஸ்ரவந்தியிடம் அறிமுகப்படுத்திக்கொண்டான்.

"ஹாய்... என் பேர் நந்தா."

"ஐயம் ஸ்ரவந்தி."

"தெரியும். இந்தியாவில, இந்தப் பேருல... அனேகமா நீங்க மட்டும்தான் இருப்பீங்கன்னு நினைக்கிறேன்."

"தேங்க்ஸ்."

"நேத்து நீங்க பாடுன பாட்டு, இன்னும் என் காதுல ஒலிச்சுக்கிட்டே இருக்கு. காதுல தண்ணி பட்டா, பாட்டு காணாமப் போயிடுமோன்னு, காலைல குளிக்கிறப்ப கூட காதுல தண்ணி படாம குளிச்சேன்" என்றதற்கு அவள் சிரித்தாள் என்று சொன்னால், அவள் குரலுக்கும், மற்றவர்களுடைய குரலுக்கும் வித்தியாசமில்லாமல் போய்விடும். சில ஸ்வரங்களை சிதறவிட்டாள்.

அந்த ஆரம்ப அறிமுகம் முடிந்து, பேருக்கு சிறிது காலம் நட்பாகப் பழகிவிட்டு, அதிகம் வளர்த்தாமல் நந்தா தனது காதலைக் கூறிவிட்டான்.

"கொஞ்ச நாளா ஒண்ணுமே சரியில்ல ஸ்ரவந்தி."

"என்ன சரியில்ல?"

"இந்த ரெண்டு கண்ணுலயும், ஒண்ணு தெரியும் பாரு." என்று தன் இரண்டு கண்களையும் விரித்துக் காட்டினான்.

"ஒண்ணும் தெரியலையே..."

"நல்லாப் பாரு தெரியும். ஒரு அழகான பொண்ணு, உள்ள உட்கார்ந்துகிட்டு, அடமா போமாட்டேங்கிறா."

லேசாக சிரித்த ஸ்ரவந்தி, "அதுக்கென்ன இப்ப?" என்றாள்.

"அது மட்டுமில்ல. ராத்திரி படுத்தா, பொட்டுத் தூக்கம் வர்றதில்ல. அம்மா சாப்பிடுறியான்னு கேட்டா, சாவுறியான்னு கேட்கற மாதிரி இருக்கு."

"சரி... அதுக்கு என்னை என்ன பண்ணச்சொல்ற?"

"ரொம்ப சிம்பிள். கண்ணுல இருக்குற பொண்ணு, ஹார்ட்ல வந்து உட்காரணும்."

"போய் அந்தப் பொண்ணுகிட்ட கேளு."

"அதான் கேட்டுகிட்டிருக்கேன்."

"நினைச்சேன். ரெண்டு வார்த்தை சிரிச்சு பேசிடக் கூடாதே. எனக்கு அந்த மாதிரில்லாம் ஐடியா ஏதும் இல்ல..."

"அப்படில்லாம் சொல்லக்கூடாது. நேத்து ராத்திரி முருகப்பெருமானே என் கனவுல வந்து, உன் வருங்கால மனைவியோட பேரு, 'ஸ்'ல ஆரம்பிச்சு, 'தி'ல முடியும். அவதாண்டா உன் பொண்டாட்டின்னு தெலுங்கு டப்பிங் பட தலைப்பு மாதிரி அடிச்சு சொல்லிட்டாரு. கடவுள் ஆணையை மீறலாமோ? அதான் உன்கிட்ட சொல்லிட்டன்."

"அவ்ளோதானா? முருகப்பெருமான் வேற ஏதும் சொல்லலையா?"

"அய்யோ நிறையச் சொன்னாரு. நமக்கு மூணு தடவை ட்வின்ஸ் பிறக்குமாம்."

“செத்தேன்...”

“அப்புறம்... அவ முதல்ல முடியாதுன்னுதான் சொல்வா. ஆனா உத்துப் பாத்தீன்னா அவ கண்ணுக்குள்ள பட்டர்ஃப்ளை பறக்கும்ன்னாரு... பறக்குதா?” என்று அருகில் நெருங்கினான்.

“ஏய்... ஸ்டாப்... ஸ்டாப்... இப்ப என்ன பண்ணனும்ங்கிற?”

“ரொம்ப சிம்பிள். இங்லீஷ்ல எட்டெழுத்து. தமிழ்ல சொன்னா நாலே எழுத்துதான். ஐ லவ் யூ... சொல்லிடு. அப்புறம் உன்னத் தொந்தரவு பண்ணவே மாட்டேன். காலேஜ் முடிச்சுட்டு உங்க வீட்டுல வந்து பொண்ணு கேக்குறேன்.”

“ஸாரி நந்தா. எனக்கு உன் மேல அப்படி ஏதும் ஐடியா இல்ல. இந்த எண்ணத்தோட பழகறதா இருந்தா, என்னோட பழகவேண்டாம். அதுவுமில்லாம, காதல் மாதிரி அபத்தமான விஷயம் உலகத்துல எதுவுமில்லன்னு நினைக்கிறேன்.”

“ஆமாம். ஆனா உலகிலேயே அழகான அபத்தம் காதல்தான்.” என்று நந்தா கூற ஸ்ரவந்தி பதில் ஒன்றும் கூறாமல் சென்றாள்.

நந்தா அசராமல் தொடர்ந்து முயற்சித்துக்கொண்டே இருந்தான்.

“ஸ்ரவந்தி... ஒண்ணு கேட்டா கோச்சுக்க மாட்டியே...”

“கேளு...”

“நீ பொண்ணுதானா?”

“ஏன்? பொண்ணுன்னா எப்படி இருக்கணும்?”

“ஒரு 18 வயசு பொண்ணு எப்படி இருக்கணும் தெரியுமா? தெருவுல போறப்ப செல்ஃபோன்ல, ‘இல்லடா செல்லம்... போ புஜ்ஜி.... சீ... நீ ரொம்ப மோசம்...’ இந்த மாதிரி ஏதாச்சும் பேசிகிட்டேப் போகணும். இல்லன்னா... ஃப்ரண்ட்ஸ்ங்ககிட்ட, ‘அந்த சுரேஷைப் பாத்தியாடி.... நேத்து என்கிட்ட ஒரே வழிசல்...’ இந்த மாதிரி ஏதாச்சும் பேசணும். இல்ல... நீ கிராமத்து டைப்புன்னாலும், என்ன மாதிரி வயசுப் பையன்ங்ககிட்ட பேசறப்ப... கண்ணு படபடன்னு...” என்ற நந்தா தனது கண்களை வேகமாகச் சிமிட்டிக் காண்பித்து,

"இப்படி அடிச்சுக்கணும். சுடிதார் துப்பட்டாவைத் திருகிகிட்டு, நீங்க சிரிக்கிறப்ப அஜீத் மாதிரியே இருக்குன்னு தரையைப் பாத்து சொல்லணும்... இது எதுவுமே இல்லாம எப்படி ஸ்ரவந்தி ஒரு பொண்ணு இருக்கமுடியும்?" என்றான்.

ஸ்ரவந்தி சிரித்தபடி, "கமான் நந்தா.... என்ன வேணும் உனக்கு?"

"என்னைப் பாத்து... உனக்கு ஒண்ணுமே தோணலையா ஸ்ரவந்தி?"

"என்ன தோணணும்?"

"ஏதாச்சும் சொல்லணும்னு தோணலியா?"

"நந்தா... அதான் நான் அன்னக்கே சொல்லிட்டன்ல... உன் மேல எனக்கு லவ்வெல்லாம் வரல... அதுவுமில்லாம எனக்கு இந்த காதல், கல்யாணத்துல எல்லாம் நம்பிக் கையே இல்ல."

"அப்ப கல்யாணமே பண்ணிக்கமாட்டியா?"

"அப்படின்னு இல்ல. ஒரு காரணத்துக்காக பண்ணிக் குவேன். எனக்கு மேல்நெத்தி வகிட்டுல குங்குமம் வச்சுக்க ரொம்பப் பிடிக்கும். கல்யாணமானாதான் அங்க குங்குமம் வச்சுக்க முடியும். அதுக்குன்னாச்சும் கல்யாணம் பண்ணிக் குவேன்."

"இங்க பார்ரா..."

"ஆனா அதுக்குன்னு உன்ன லவ் பண்ண முடியாது. நீ நம்ப ரெண்டு பேரு டைமையும் வேஸ்ட் பண்ணாம, படிப்புல கவனத்தச் செலுத்தலாம்."

"சரிங்க பாட்டி..." என்ற நந்தா கோபமாகத் திரும்பி நடந்தான்.

நந்தா மனம் தளரவில்லை. அவள் குரலைப் பக்கம் பக்கமாக வர்ணித்து, தொடர்ந்து அவளுக்குக் காதல் கடிதங்கள் எழுதிக்கொண்டே இருந்தான். அவளுடைய தோழிகளைப் பழக்கப்படுத்திக்கொண்டு, அவர்கள் மூலமாகத் தூது விட்டுப்பார்த்தான். எத்தனையோ நாள், தனிமையில்

மடக்கிப் பேசிப்பார்த்தான். ஸ்ரவந்தி பிடிவாதமாக மறுத்துவிட்டாள். காரணம் கேட்டால், "காதல் தானாக வரவேண்டும். நீ கேட்டு வரக்கூடாது." என்பாள்.

நான்கு வருடங்கள்... நந்தாவும் விடாமல் முயற்சித்துக் கொண்டுதானிருந்தான்.

ஸ்ரவந்தி தனது தோழிகளிடம் பேசும்போது கூறும், 'ச்சீ... போங்கடி...' என்ற சிணுங்கல், "இப்ப நீ எங்கிட்ட உதைபடப் போற..." என்ற செல்ல கோபம்... என்று ஸ்ரவந்தியின் குரல் தொடர்ந்து நந்தாவை இம்சித்துக் கொண்டேயிருந்தது. கடைசி வருடம் வந்தவுடன் பயமாகிவிட்டது. எங்கே கடைசி வரையிலும் இப்படியே சென்றுவிடுமோ என்று.

ஒருநாள், லஞ்ச் அவரில் தனியாக கல்லூரி பார்க்கில் அமர்ந்து படித்துக்கொண்டிருந்தாள் ஸ்ரவந்தி. நந்தா அருகில் சென்று அமர்ந்தான். ஸ்ரவந்தி கண்டு கொள்ளவில்லை. பக்கத்து பெஞ்சில் ஒரு ஃபர்ஸ்ட் இயர் பையன், யாரோ ஒரு பெண்ணை கடலைப் போட்டுக் கொண்டிருந்தான். அவள், ""உனக்கு ஒய்ஃபா வரப்போறவ கொடுத்து வச்சவ..." என்று கூறிக்கொண்டிருந்தது காதில் விழுந்தது நந்தாவுக்குத் தெளிவாகத் தெரிந்தது. இன்னும் இரண்டு நாளில் இவர்கள் காதலிக்கப்போகிறார்கள்.

"அங்கப் பாரு ஸ்ரவந்தி... அவனவன் ஃபர்ஸ்ட் இயர் முடியறதுக்குள்ளயே லவ் பண்ண ஆரம்பிச்சிடுறான். என்னப் பாரு. காலேஜே முடியப்போகுது. இப்ப கூட உனக்கு என் மேல காதலே வரலயா ஸ்ரவந்தி? டூ யூ ஹேவ் ஹார்ட்?" என்றான் நந்தா.

"சான்ஸே இல்ல... ஒழுங்கா எக்ஸாம்க்கு ப்ரிப்பேர் பண்ற வழியைப் பாரு" என்ற ஸ்ரவந்தியின் பேச்சை கவனிக்காது, அவர்களைக் கடந்து சென்ற எலக்ட்ரானிக்ஸ் லெக்சரரைப் பார்த்துக்கொண்டிருந்தான் நந்தா. லெக்சரருடன் ஒரு பெண். அவளுடைய மகளாக இருக்கவேண்டும். பத்தாவது படிக்கும் பெண் போல இருந்தாள்.

"நந்தா... உனக்கு விவஸ்தையே கிடையாது. அம்மாவப் பாக்கறியா? பொண்ணைப் பாக்கறியா?" என்றாள் ஸ்ரவந்தி.

"சேச்சே... ஒரு அனாலிசிஸ் பண்ணிட்டிருந்தேன். அம்மா வந்து, ஒரு பத்து வருஷத்துக்கு முன்னாடி, அட்டகாசமான ஃபிகரா இருந்திருக்கும். பொண்ணு... அஞ்சு வருஷத்துக்குப் பின்னாடி அட்டகாசமான ஃபிகரா வர்றதுக்கான வாய்ப்பு அமோகமா இருக்கு.""

சத்தமாக சிரித்தாள் ஸ்ரவந்தி.

"சிரிக்கிற... என் பேச்சை ரசிக்கிற. அப்புறம் ஏன் லவ் பண்ண மாட்டேங்கிற?"

"அய்யோ... சாலமன் பாப்பையா பேச்சைக்கூடத்தான் ரசிப்பேன். அதுக்குன்னு அவரை லவ் பண்ணமுடியுமா? ஏன் இப்படி என்னை டார்ச்சர் பண்ற நந்தா? அப்படி ஒண்ணும் நான் அழகுகூட இல்லை."

"உன்னோட அழகு உன் குரல்ல இருக்கு ஸ்ரவந்தி. உயிர கண்ணால பாக்கமுடியாது. அத உணரமுடியாது. ஆனா அத தினம் நான் உன் குரல்ல பாத்துகிட்டேயிருக்கேன். நீ மட்டும் ஓகேன்னு சொல்லு. காலம் முழுசும், உன் குரல கேட்டுகிட்டே இருந்துடுறேன் ஸ்ரவந்தி."

"யு ஸீ நந்தா... காதல்ங்கிறது... ஒரு ஃபீலிங்... அது ஒரு பூ மலர்ற மாதிரி தானா மலரணும். ஃபோர்ஸ் பண்ணி வரவழைக்கக்கூடாது."

"அப்படில்லாம் சொல்லாத ஸ்ரவந்தி. நான் பிறந்தவுடனேயே வானத்தைப் பாத்துட்டு ஒரு ஜோசியக்காரன் சொன்னானாம், இந்தப் பையன் லவ் மேரேஜ்தான் பண்ணிக் கணும்னு. இல்லன்னா, ஃபர்ஸ்ட் நைட்டுல பாதிலயே செத்துப் போயிடுவேனாம். யோசிச்சுப் பாரு ஸ்ரவந்தி... ஃபர்ஸ்ட் நைட் பாதில பரலோகம் போனவன்னு நாளைய தலைமுறை என்னைப் பத்திக் கேவலமாப் பேசும். அதுக்கு நீ காரணமா இருக்கலாமா?"

"நோ சான்ஸ் மை பாய்..." என்றபடி எழுந்தாள்.

கடைசி வருடப் பரிட்சைக்கான ஸ்டடி லீவில் இருந்தபோதுதான், அந்த அதிர்ச்சியான தகவல் வந்து சேர்ந்தது. ஸ்ரவந்திக்கு ஆக்ஸிடெண்ட் ஆகி, மருத்துவ

மனையில் சேர்த்திருக்கிறார்கள் என்று நண்பன் ஒருவன் போனில் சொன்னான். பதறி அடித்துக்கொண்டு ஓடினான் நந்தா. மருத்துவமனை ரிசப்ஷனில் விசாரித்துக் கொண்டு மாடியேறினான்.

மனசு படபடவென்று அடித்துக்கொள்ள, தயக்கத்துடன் அந்த அறை வாசலில் நின்றபடி எட்டிப்பார்த்தான். உள்ளே யாருமில்லை. வெளியே, சோபாவில் படுத்து ஒருவர் தூங்கிக்கொண்டிருந்தார்.

வராண்டாவின் மூலையில் டேபிள், சேர் போட்டு அமர்ந்திருந்த நர்ஸை நோக்கிச் சென்றான்.

"சிஸ்டர்... அந்த ரூம்ல, ஸ்ரவந்தின்னு ஒரு பேஷண்ட் இருக்காங்கள்ல... அவங்க அட்டெண்டர் யாருமில்லையா?"

"இவ்ளோ நேரம் இருந்துட்டு, இப்பதான் எல்லாரும் சாப்பிட போயிருக்காங்க. அவங்கப்பா இருக்காரு. தூங்கிட்டிருக்காரு. நீங்க யாரு?"

"ஸ்ரவந்தியோட க்ளாஸ்மேட். ஸ்ரவந்திக்கு என்னாச்சு?"

"முந்தாநேத்து சாயங்காலம், ஒரு லாரி ஆக்ஸி டெண்ட்டாகி, தொண்டைல கம்பி குத்திருச்சி. அதனால ஒரு வெய்ன் கொலாப்ஸாயி, குரல் போயிருச்சு" என்று நர்ஸ் கூற நந்தா அதிர்ந்தான்.

"குரல் போயிடுச்சுன்னா... பேச்சு?"

"பேச்சும் வராது. அடுத்த வாரம் ஒரு ஆபரேஷன் பண்ணப்போறாங்க. அதுக்குப் பிறகு, கொஞ்சம் எக்ஸர் சைஸ்ல்லாம் பண்ணிட்டிருந்தா, பேச்சு வரலாம். ஆனா பாட்டுல்லாம் ரொம்ப நல்லா பாடுவாங்களாமே. அந்த இனிமையெல்லாம் அவ்ளோதான். பழையபடி அவங்க நேச்சுரல் குரல் கிடைக்காது. ஏதோ திக்கித், திணறி கொஞ்சம் பேசலாம். அவ்வளவுதான்" என்று நர்ஸ் கூற, கூற... நந்தா பொங்கி வந்த அழுகையை அடக்கியபடி, "ஸ்ரவந்திய நான் பாக்கலாமா?" என்றான்.

"அவங்க தூங்கிட்டிருக்காங்க. சத்தம் போடாமப் பாத்துட்டுப் போங்க."

அறையினுள் நுழைந்தான். பச்சை நிற ஆடை உடுத்தியிருந்த ஸ்ரவந்தியின் தொண்டையில் பெரிய பாண்டேஜ் போட்டிருந்தார்கள். கண்கள் கலங்க, ஸ்ரவந்தியின் முகத்தையே பார்த்துக்கொண்டிருந்தான்.

திடீரென்று ஸ்ரவந்தியின் கைகளும், கால்களும் அசைந்தன. சில வினாடிகளில் கண் விழித்த ஸ்ரவந்தி இவனைப் பார்த்தவுடன், கண் கலங்கினாள். அருகில் சென்ற நந்தா ஆறுதலாக ஸ்ரவந்தியின் கைகளைப் பிடித்துக்கொண்டான். அவன் விரல்களை மெலிதாக அழுத்திய ஸ்ரவந்தி வாயில் கை வைத்துக் காண்பித்து, இனிமேல் பேசமுடியாது என்பது போல் சைகை காட்டினாள்.

ஸ்ரவந்தியின் கைகளை ஆதரவுடன் பற்றியபடி, ”மெடிக்கல் ஃபீல்டு இப்ப எவ்வளவோ முன்னேறிடுச்சு. எல்லாம் சரியாப்போயிடும்” என்றான் நந்தா. அதனை நம்பாதது போல் துக்கத்துடன் சிரித்த ஸ்ரவந்தி, அருகிலிருந்த டேபிளைக் காட்டினாள். அதில் ஒரு பேடில் பேப்பர்களும், பேனாவும் இருந்தது. எடுத்து ஸ்ரவந்தியிடம் நீட்டினான். அதில் இரண்டு நிமிடங்கள் ஏதோ எழுதிய ஸ்ரவந்தி காகிதத்தை நீட்டினாள்.

அதில், ‘‘நந்தா... உன்னை ஓயாம தொந்தரவு பண்ணிட்டிருந்த, என்னோட குரல் இப்ப இல்ல. அடுத்த வாரம் ஆபரேஷன் பண்ணி, பேச்சு வர்றதே பெரிய விஷயம். அப்படியே வந்தாலும், குரல்ல பழைய இனிமை இருக்காது என்று டாக்டர்கள் உறுதியாக கூறிவிட்டார்கள். அதனால இனிமேயும் என்னைப் பத்தியே நினைச்சுகிட்டிருக்காம, ஒழுங்கா படி நந்தா. பழசையெல்லாம் மறந்துட்டு, நீ ஒரு புது வாழ்க்கையை ஆரம்பிக்கணும்” என்று எழுதியிருந்தாள்.

சில வினாடிகள், அவள் முகத்தையே பார்த்துக் கொண்டிருந்த நந்தா, “குரல் போயிடுச்சுன்னா, உடனே காதலும் போயிடும் இல்ல... நீ என்னைப் புரிஞ்சுவச்சிருக்கிறது அவ்வளவுதான்” என்றான்.

அவனிடமிருந்த காகிதத்தை வாங்கி மீண்டும் அதில் எழுதி நீட்டினாள் ஸ்ரவந்தி. அதில், “எந்தக் காரணத்துக்காக நீ

என்னை லவ் பண்ண ஆரம்பிச்சியோ, அந்தக் காரணமே அழிஞ்ச பிறகு... அப்புறம் எப்படி லவ்?" என்று எழுதியிருந்தது.

"ஸ்ரவந்தி... முதமுதல்ல, உன் குரலக் கேட்டுதான், உன்னைக் காதலிக்க ஆரம்பிச்சேன். உண்மைதான். ஆனா, உன் குரல் போயிடுச்சுன்னு நர்ஸ் சொன்ன நிமிஷத் துலருந்து, இந்த நிமிஷம் வரைக்கும், உன் மேல உள்ள காதல், இம்மியளவு கூட குறையல. காதல்ல அழகு... உடம்பு... கண்கள்... குரல் இனிமை... இதெல்லாம் ஒரு ஆரம்ப கட்ட ஈர்ப்புதான். ஆனா காதல் வந்த பிறகு, எதைப் பார்த்துக் காதலிக்க ஆரம்பிச்சோமோ, அந்தக் காரணமே இல்லாமப் போயிட்டாலும, காதல் மாறாது. அதான் உண்மையான காதல். இப்பக் கல்யாணமாகி, இந்த மாதிரி ஆயிட்டா, எல்லாரும் விட்டுட்டுப் போயிடுறாங்களா என்ன?" என்றான் நந்தா.

மீண்டும் ஸ்ரவந்தி காகிதத்தில், "அவங்களுக்குக் கல்யாணமாயிடுச்சு நந்தா..." என்று எழுதிக் காட்டினாள்.

"என்னைப் பொறுத்த வரைக்கும், காதலிக்க ஆரம்பிச்சிட்டாலே, கல்யாணம் ஆன மாதிரிதான். ஸ்டில் ஐ லவ் யு... ஸ்டில் ஐ வாண்ட் டு மேரி யு..." என்று நந்தா கூறி முடித்தான். சில வினாடிகள் மௌனமாக இருந்த ஸ்ரவந்தி, பிறகு அவனைக் காதல் பொங்கப் பார்த்தபடி அவன் கைவிரல்களைப் பற்றி முத்தமிட்டாள்.

2

வெந்து தணியாத காடு

இரவு நீண்ட நேரம் தூங்காததால், காபி குடித்த பிறகும் தலைவலி குறையவில்லை. தைலத்தைத் தேய்த்துக்கொண்டு, மாடியறையில் படுத்திருந்தேன்.

முப்பது வயதாகியும் திருமணமாகாமல், வேலைக்கும் செல்லாமல், வீட்டிலேயே முடங்கிக் கிடப்பதைப்போன்ற கொடுமை ஒரு பெண்ணுக்கு வேறு எதுவும் இல்லை.

வீட்டிற்கு வரும் திருமணப் பத்திரிகைகளை ஏக்கத்துடன் பார்த்துக்கொண்டு... அம்மா ஆயிரத்தொண்ணாவது முறையாக, ''சாந்தி

முகூர்த்தம் முடிஞ்ச மறுநாளே, அஞ்சு மணிக்கு எழுப்பிவிட்டு, வாசத் தெளிக்காம, அப்படி என்ன தூக்கம் வேண்டியிருக்குன்னு சண்டை போட்டாங்க என் மாமியார்" என்று கூறுவதைக் கேட்டுக்கொண்டு... தீராக்காமம் தீயாய்ச் சூழ்ந்திருக்க, வெந்து தணியாத இரவுக் காடு... என்று ஒவ்வொரு நாளும் நரகம்தான்.

"மஹா... மஹா..." என்று அம்மா அழைக்கும் சத்தம் கேட்க, "என்னம்மா?" என்றேன் எரிச்சலுடன்.

"கீழ வா. கவிதா வந்திருக்கா" என்று அம்மா கூற, எழுந்தேன்.

கவிதா, முன்பு பக்கத்துவீட்டில் குடியிருந்த பெண். "மஹாக்கா... மஹாக்கா..." என்று என்னையே சுற்றிச் சுற்றி வருவாள். என்னைவிட எட்டு வயது சிறியவள். அவளுக்குக் கூட, சென்ற மாதம் திருமணமாகி விட்டது. ஒருவேளை கணவனோடு வந்திருப்பாளோ என்று தோன்ற, நைட்டியின் மேல் ஒரு துண்டைப் போட்டுக்கொண்டு கீழே இறங்கினேன்.

நான் நினைத்தது சரிதான். கவிதா, தன் கணவனருகில் சோஃபாவில் அமர்ந்துகொண்டு, அப்பாவுடன் பேசிக்கொண்டிருந்தாள். நான் அவர்களை நெருங்கிய போது கவிதா, "மஹாக்காக்கு இன்னும் மாப்பிள பாக்கலயா?" என்று கேட்டுக்கொண்டிருந்தாள்.

அப்பா வழக்கம்போல் ஆர்ப்பாட்டமாக, "அவளுக் கென்ன... இன்னும் முப்பது வயசு கூட ஆகல. கேஸ் முடியட்டும். ரெண்டு கோடி ரூபா சொத்து. சொத்து கைக்கு வந்துடுச்சுன்னா, 200 பவுன் போட்டு, ராமநாதன் செட்டியார் ஹால்ல கல்யாணம் பண்ணி வைப்பேன்" என்றார்.

இன்னும் கரண்ட் பில் கட்டவில்லை. நாளைக்குள் கட்டா விட்டால், பீஸை பிடுங்கிகொண்டு போய் விடுவான். நானும், அம்மாவும் ஒருவரை ஒருவர் பார்த்து சிரித்துக்கொண்டோம்.

"இன்னும் எவ்ளோ நாள்தான் அங்கிள் கேஸு நடத்திகிட்டு இருப்பீங்க? பேசாம... கொடுக்கறத வாங்கிக்கிட்டு, அக்காவுக்கு கல்யாணம் பண்ணி வைக்கலாம்ல?" என்று கவிதா கூற, அப்பாவின் முகம் மாறிவிட்டது.

"தேவைப்படறப்ப உன் ஆலோசனையைக் கேட்டுக்குறேன். நீ உங்க அக்காவைப் பாத்துட்டுக் கிளம்பு" என்று கூறிவிட்டு வேகமாக எழுந்து வெளியே சென்றார் அப்பா.

அப்பா நடத்தும் சொத்து வழக்கு குறித்த சட்டச் சிக்கல்களுக்குள் நுழைந்தால், நீங்கள் இந்தக் கதையை மேற்கொண்டு படிப்பதை நிறுத்திவிடக்கூடிய அபாயம் இருப்பதால், சுருக்கமாகக் கூறிவிடுகிறேன்.

சென்னையின் இதயப் பகுதியிலுள்ள, ஒரு மூதாதையர் சொத்துக்கு உரிமை கோரி, அப்பா, எனது ஒன்றுவிட்ட பெரியப்பாவுடன், இருபது வருஷமாக கேஸ் நடத்திக் கொண்டிருக்கிறார். அப்பா பார்க்கும் வீட்டுப் புரோக்கர் உத்தியோகத்தில், கேஸ் நடத்துமளவிற்கெல்லாம் வருமானம் வராது. அம்மாவின் நகைகளை எல்லாம் விற்றும், குடியிருக்கும் இந்த வீட்டை அடமானம் வைத்தும்தான், அப்பா கேஸ் நடத்திக்கொண்டிருக்கிறார். கீழ் கோர்ட்டில் தோற்று, இப்போது ஹை கோர்ட்டில் வழக்கு நிலுவையில் உள்ளது. இந்த சூழ்நிலையில் செலவு செய்து, எனக்குத் திருமணம் செய்து வைப்பதையெல்லாம், நினைத்துக்கூடப் பார்க்க முடியாது.

"அப்பாவைப் பத்தித் தெரியாதா உனக்கு? நீ ஏன் இதையெல்லாம் கேட்டுகிட்டிருக்க?" என்றேன் கவிதாவிடம்.

"வேணும்ன்னுதான் கேட்டேன். இது வரைக்கும், உங்கப்பா கேஸுக்கு செலவு பண்ணின காசுக்கு, நாலு கல்யாணம் பண்ணி வச்சிருக்கலாம். அவரு எப்ப கேஸ முடிச்சு, உன் கல்யாணத்தை முடிக்கிறது?"

"இப்பதான் கற்பகாம்பா கண்ணத் திறந்திருக்குற மாதிரி தெரியுது..." என்றாள் அம்மா.

"ஏன்... மாப்பிள ஏதும் முடியற மாதிரி இருக்கா?"

"அதில்ல... மஹாவோட பெரியப்பா, சொத்து விஷயமா, இன்னக்கி சாயங்காலம் பேச வர்றாரு. சுமுகமா பேசிப் பிரிச்சுக்கிட்டா, எல்லாம் நல்லபடியா முடிஞ்சுரும். சரி... எங்க கதையை விடு. நீ எப்படி இருக்க?"

“நல்லாருக்கேன். இன்னக்கி இவருக்குப் பிறந்த நாளு. கபாலீஸ்வரர் கோயிலுக்கு வந்தோம். அப்படியே மஹாக்காவப் பாத்துட்டுப் போலாம்னு வந்தோம்.. என்னங்க... நான் மஹாக்கான்னு அடிக்கடி சொல்வன்ல்ல... இவங்கதான்” என்று கவிதா என்னை அறிமுகம் செய்து வைத்தாள்.

“தினம்... உங்களப் பத்தி ஏதாவது சொல்லிகிட்டேயிருப்பா” என்றார் அவர்.

“அவ அதிகமா சொல்வா... நாங்க கொஞ்சம் பேசிட்டு வந்துடுறோம்'' என்று கவிதாவின் கையைப் பிடித்து அழைத்துக்கொண்டு, மாடியறைக்குச் சென்றேன்.

“எப்படிறீ உங்க வீட்டுக்காரரு?” என்றேன்.

“தங்கம்... தாங்கு, தாங்குன்னு தாங்கறாரு. ஆனா, ஒரு விஷயத்துல மட்டும் மோசம். ராத்திரி தூங்கவே விடுறதுல்ல...” என்று அலுப்புடன் கைகளை முறித்துக் கொண்டு, பொத்தென்று என் படுக்கையில் விழுந்தாள். புதிய சுகம் உடலில் ஏறி, மதமதப்பாக இருந்தாள். உடலில் ஒரு பூரிப்பு. கண்களில் ஒரு போதை. “உடம்பெல்லாம் முறுக்குது'' என்றாள்.

பெண்ணே... இன்னும் ஆண் சுகம் அறியாத பெண்ணிடம், என்ன சொல்லவேண்டும்... சொல்லக் கூடாது... என்ற இங்கிதம் தெரியாதா உனக்கு?

“ம்... மாமியாரெல்லாம் எப்படி?” என்று பேச்சைத் திசை திருப்பினேன். மேலும் ஒரு மணி நேரம், புகுந்த வீட்டுப் புராணம் பாடிவிட்டுப் புறப்பட்டாள் கவிதா.

கவிதா, பைக்கில் கணவனைக் கட்டிக்கொண்டு செல்வதைப் பார்த்தபோது பொறாமையெல்லாம் ஏற்படவில்லை. ஆனால் ஏக்கமாக இருந்தது. வேகமாகப் படியேறி மாடியறைக்கு வந்தேன்.

முப்பது வயதை நெருங்கியும், திருமணமாகாமல் இருப்பது கூடப் பெரிய விஷயமில்லை. ஏதேனும் விசேஷங்களுக்கு செல்லும்போது, அக்கறையாக விசாரிப்பதாக நினைத்துக் கொண்டு, “என்ன மஹா... உன் கல்யாணம் என்னாச்சு?”

"அதுதுக்கு நேரம் காலம் வந்தா, எல்லாம் தானா நடக்கும். நீ கவலைப்படாதே." என்ற விசாரிப்புகள்தான், உண்மையில் வேதனையை அதிகப்படுத்தும். இதனைத் தவிர்ப்பதற்காகவே, பெரும்பாலும் எந்த விசேஷங்களுக்கும் செல்வதில்லை.

இன்றைக்கு மட்டும் பெரியப்பாவோடு பேச்சுவார்த்தை நல்லபடியாக முடிந்துவிட்டால், முப்பது வயதிலாவது விமோசனம் கிடைக்கும். இந்த முறை அப்பா, பெரியப்பா... இருவருமே நெருக்கடியில் இருக்கிறார்கள். அப்பாவுக்கு, ஹைகோர்ட் வக்கீல்கள் கேட்கும் பெருந்தொகையைக் கொடுக்க முடியாத அளவுக்குப் பண நெருக்கடி. பெரியப்பாவிற்கு, வியாபாரத்தில் பயங்கர நஷ்டம். எனவே, இன்று ஏதேனும் ஒரு உடன்பாட்டிற்கு வந்துவிடுவார்கள் என்று தோன்ற... மனசு பாரம் லேசாகக் குறைந்தது போல் இருந்தது.

"அக்கா..." என்று சத்தமாகக் குரல் கொடுத்தபடி, அறையினுள் நுழைந்தான் தம்பி கணேஷ். இப்போதுதான் ப்ளஸ் டூ முடித்திருக்கிறான். நான் பிறந்து 12 வருடம் கழித்து, திடீரென்று நள்ளிரவில், தண்ணி லாரி சத்தம் கேட்டு, அப்பா கண்விழித்ததால் பிறந்தவன் என்று அம்மா, எதிர்வீட்டு ரேணுகாக்காவிடம் சொல்லிக் கேட்டிருக்கிறேன்.

"என்னடா... சவுண்ட் ஜாஸ்தியா இருக்கு..."

"வினோத்தும் எஞ்சினியரிங் காலேஜ்ல சேர்றதுக்கு பணம் கொடுத்துட்டான். என் செட்டுல நான் மட்டும்தான்க்கா வேஸ்ட்டு."

கணேஷ் வாங்கியிருக்கும் ஆயிரத்து சொச்சம் மார்க்குக்கு கவர்மென்ட் கோட்டாவில் எல்லாம் சீட் கிடைக்காது. ஏதேனும் தனியார் பொறியியல் கல்லூரியில் மேனேஜ்மென்ட் கோட்டாவில்தான் சீட் கிடைக்கும். ஆனால் வீடு இப்போது இருக்கும் நிலையில் காசு கொடுத்து பிஇ சேர்வதை எல்லாம் நினைத்துக் கூடப் பார்க்கமுடியாது.

"எவ்வளவுடா..."

"ரெண்டு லட்சம் டொனேஷன். அப்புறம் பீசு..."

“நம்ம வீட்டு நிலைமை தெரியாதாடா உனக்கு? ரெண்டு லட்சம் கொடுத்து, சீட்டு புக் பண்ற நிலைமைலயா இருக்கோம்...” என்று நான் கூறிக்கொண்டிருக்கும்போதே, “நல்லா உறைக்கிற மாதிரி சொல்லு” என்று கூறிக்கொண்டே அறையினுள் நுழைந்தார் அப்பா. நான் வேகமாகப் படுக்கையிலிருந்து எழுந்தேன்.

“இப்பவே புக் பண்ணி வச்சாதான்ப்பா, நல்ல காலேஜ்ல பிஇ கிடைக்கும்.”

“என்ன பெரிய பிஇ... தெருவுக்கு பத்து பேரு பிஇ படிக்கிறான். அதுவும் இனிமே ஐடியெல்லாம் அவ்ளோ தாங்கறான். உனக்கு ஏன் அதெல்லாம்... அடுத்த வாரம் ஹியரிங் ஆரம்பிக்குது. எண்ணி ஒரே வருஷத்துல, தீர்ப்பு வந்துடும். வர்ற இடத்தை வித்தாம்னோ, ரெண்டு கோடிக்குக் குறையாம வரும். ஒரு கடையப் போட்டுகிட்டு, கார்ல, ராஜா மாதிரி மயிலாப்பூர் தெப்பக்குளத்தை சுத்தி வரலாம்.”

இருபது வருடங்களாக, அப்பா இதையேதான் சொல்லிக் கொண்டிருக்கிறார்.

“அப்பா... என் ஃப்ரண்ட்ஸெல்லாம் பிஇதான்ப்பா படிக்கப் போறாங்க.”

“அது சரி... காசுக்கு எங்க போறது? வக்கீல், அடுத்த வாரம், பத்தாயிரம் ரூபா வேணும்னு கேட்டுருக்காரு. அதுக்கே என்ன பண்றதுன்னு முழிச்சுகிட்டிருக்கேன்... நந்தனம் ஆர்ட்ஸ் காலேஜ்ல சேர்ந்து, ஏதாச்சும் படிக்கிற வழியைப் பாரு.”

“அப்பா...” என்று குறுக்கிட்டேன் நான்.

“என்ன?”

“இன்னக்கி பெரியப்பா பேச வர்றாருல்ல... கொஞ்சம் முன்னபின்ன இருந்தாலும், பேசி முடிஞ்சிடுங்கப்பா. இவன் படிப்புக்கும் உதவியா இருக்கும்ல...”

“எல்லாம் எனக்குத் தெரியும். எல்லாரும் அவங்கவங்க வேலையைப் பாருங்க” என்று அப்பா முறைப்பாக கூறிவிட்டு, கீழே இறங்கினார்.

கணேஷ் அழ ஆரம்பித்தான். "ஏய்... என்னது... சின்னப் பிள்ளையாட்டம் அழுதுகிட்டு...'' என்று நான் கூறிக்கொண்டிருக்கும்போதே மேலே வந்த அம்மா, "என்னடா?" என்றாள். நான் விஷயத்தைக் கூறினேன்.

"அழுவாதடா... இன்னக்கி, பெரியப்பா பேச வர்றாரு. அவருக்கும் பணமுடை. இடத்தை வித்து, பணத்தைப் பிரிச்சுக்கிறதாதான் அவருக்கு யோசனை. கால் பங்கு கொடுத்தா கூட, எத்தனையோ லட்சம் வரும். நீ கவலைப்படாதே. பிஇ சோந்துடலாம்'' என்று அம்மா, கணேஷை அழைத்துக்கொண்டு செல்ல... எனக்குக் கூட லேசாக நம்பிக்கை வந்தது.

எல்லாம் நல்லபடியாக முடிந்தால், கணேஷ் பிஇ சேரலாம்... எனக்கும் கூடத் திருமணமாகலாம்... புதுக்கணவனின் மடியில் படுத்துக்கொண்டு, பழைய இளையராஜா பாடல்களைப் பாடலாம்... நெகிழ்ந்துபோய் கணவனை இழுத்து ஆவேசத்துடன் மார்பில் இறுக்கிக்கொள்ளலாம். குழந்தையைப் பள்ளியில் விட்டுவிட்டு வரலாம்... என்றெல்லாம் தோன்ற, மனசு உற்சாகமானது.

"பூங்கதவே... தாழ் திறவாய்..." என்று முணுமுணுப்பாகப் பாடினேன்.

மாலை மணி ஆறு. மத்தியஸ்தம் பேச, இருவருக்கும் பொதுவான நண்பரான, ஸ்வீட் ஸ்டால் செட்டியாரும் வந்திருந்தார். அப்பா, விறைப்பாகப் பெரியப்பாவிடம், "வாங்க..." என்று வரவேற்றார். நான் பல வருடங்கள் கழித்து, இப்போதுதான் பெரியப்பாவைப் பார்க்கிறேன். கடைசியாக, கல்யாணி அத்தை திருமணத்தின்போது பார்த்தது. பெரியப்பா ஹாலில் நுழைந்தவுடன், "ஆசிர்வாதம் பண்ணுங்கப்பா..." என்று அவர் காலில் விழுந்து கும்பிட்டேன்.

''நல்லா இரும்மா... இன்னக்கி எல்லாம் நல்லபடியா முடிஞ்சிடும். வர்ற தைல உனக்குக் கல்யாணம்'' என்று பெரியப்பா கூற, மனசுக்குள் சிறகடித்தது.

"ம்... ம்..." என்று அப்பா கனைக்க, நான் உள்ளே சென்று, சமையற்கட்டில் நின்றபடி, வேடிக்கைப் பார்க்க ஆரம்பித்தேன்.

பெரியப்பாதான் முதலில் பேசினார். "பழைய கதையெல்லாம் இப்ப பேசவேண்டாம். தேவையில்லாம கேஸ் நடத்திகிட்டு, கடைவீதில... ரெண்டு க்ரௌண்ட் இடம், சும்மா கிடக்குது. யாருக்கும் அஞ்சு பைசா பிரயோஜனம் இல்ல. எனக்கும் கொஞ்சம் பணமுடை. அதான் பேசி முடிச்சுக்க லாம்னு வந்தேன்."

"சந்தோஷமா முடிச்சுக்கலாம்." என்றார் அப்பா.

இடையில் அம்மா சென்று, எல்லோருக்கும் காபி கொடுத்துவிட்டு வந்தார்.

"செட்டியார்.... நீங்களே சொல்லிடுங்க..." என்றார் பெரியப்பா.

"தம்பி... சிவில் கேஸு... கோர்ட்டுல சாமான்யமா முடியாது. ஐபிஎஸ் ஆஃபிசரு கார்த்திகேயன் இருக்காரே... ராஜீவ் காந்தி கொலையைக் கூட விசாரிச்சாரே..." என்று செட்டியார் இழுக்க.... "அவருக்கென்ன இப்ப?" என்றார் அப்பா.

"அவரே சொல்லியிருக்காரு. தயவுசெஞ்சு, சொத்துக்காக யாரும் கோர்ட்டு படியேறாதீங்க. கேஸு இழுத்துகிட்டே போகும். காசும், தண்ணியா செலவழியும். நானே ஒரு சொத்து கேஸ்ல, ஏகப்பட்ட காச செலவழிச்சுட்டேன்னு வருத்தமா சொல்லியிருக்காரு."

"அதுக்கென்ன இப்ப?"

"அதனால சுமுகமா பேசி முடிச்சுக்குங்க. ரெண்டு க்ரௌண்டு காலி மனை. சேட்டு ஒருத்தரு, ரெண்டு கோடிக்குக் கேட்குறாரு... உனக்கு முப்பது பர்சன்ட்.... உங்கண்ணனுக்கு எழுபது பர்சன்ட்னு பிரிச்சுக்கலாம். என்ன சொல்ற?"

நான் வேகமாக, மனசுக்குள் கணக்குப் போட்டேன். அறுபது லட்ச ரூபாய்... இது போதுமே நமக்கு... என்று ஆர்வத்துடன் அப்பாவின் முகத்தைப் பார்த்தேன்.

"யாரு.... யாருக்குப் பிரிச்சுத் தர்றது? நான் வரதராஜன் பேரனா? அவரு வரதராஜன் பேரனா? நியாயமாப் பாத்தா, எனக்குச் சேரவேண்டிய சொத்து அது. உயில் க்ளியரா

இல்லாததால பிரச்னையாயிடுச்சு. இவங்க... எனக்குப் பிரிச்சுத் தர்றாங்களாம்" என்று கோபத்துடன் பேசினார் அப்பா.

"சரி... நீயே நியாயமா சொல்லு..."

"எனக்கு எழுபது, அவருக்கு முப்பதுன்னா சரி..."

"நீ கீழ்கோர்ட்டுல தோத்துட்டங்கறத ஞாபகத்துல வச்சுகிட்டுப் பேசு" என்றார் பெரியப்பா.

"கீழ்கோர்ட்டுல தோத்தா முடிஞ்சுடுச்சா? ஹைகோர்ட்ல ஜெயிப்போம்...." என்று அப்பா கூற... விவாதம் வளர்ந்தது. ஏறத்தாழ ஒரு மணி நேரம் நடந்த பேச்சுவார்த்தைக்கு பிறகு "சரி... கடைசியா சொல்றேன். நீ நாப்பது பர்சன்ட் எடுத்துக்க" என்று பெரியப்பா கூற, அம்மாவின் முகத்தில் வெளிச்சம். எண்பது லட்சம். எனக்குக் கூட, அப்பா இதற்கு ஒப்புக்கொள்வார் என்றுதான் தோன்றியது.

ஆனால் அப்பா, "நியாயமா பாத்தா, ரெண்டு கோடியும் எனக்குதான் வரணும். இருந்தாலும் கோர்ட்டு, கேசுன்னு ஆயிட்டதால, எனக்கு அறுபதுன்னா ஒத்துக்குறேன்" என்று கூற, பெரியப்பா கோபமாக, நாற்காலியை பின்னால் தள்ளிவிட்டு எழுந்தார்.

"செட்டியார்... இது சரிப்பட்டு வராது. கோர்ட்டுல பாத்துக்கலாம்" என்ற பெரியப்பா என்னை நோக்கி, "இவன நம்பாதம்மா... எவனையாச்சும் இழுத்துட்டு ஓடிடு... இல்லன்னா... சாகற வரைக்கும், உன்ன வீட்டுலயே உக்கார வச்சிருப்பான்" என்றார்.

"டேய்... யாரப்பாத்து ஓடிப்போவச் சொல்ற..." என்று அப்பா, பெரியப்பாவை அடிக்கப் பாய்ந்தார். செட்டியார் தடுக்க, தடுக்க... "அடிரா... அடிரா... பார்க்கலாம்" என்று பெரியப்பா முன்னால் வர, நானும், அம்மாவும் குறுக்கே புகுந்து, கண்ணீருடன் தடுத்தோம்.

"உன்கிட்ட பேசவந்தேன் பாரு... என்னைச் செருப்பால அடிக்கணும்" என்ற பெரியப்பா, நாற்காலியை உதைத்துத் தள்ளிவிட்டு, விறுவிறுவென வெளியேறினார்.

செட்டியார், "கொஞ்சம் வளைஞ்சு கொடுத்துப் போகணும் தம்பி... இவளுக்கு முப்பது வயசாகுது. ஒரு கல்யாணம், காட்சி பண்ணிப் பாக்கவேணாமா? கணேஷும் பிஇ படிக்கணும்ங் கிறான். பேசாம ஒத்துக்கோ " என்றார்.

"எதுக்கு ஒத்துக்கணும்... இதோ... ஹியரிங் ஆரம்பிக்கப் போகுது. தீர்ப்பு வந்துச்சுன்னா, ரெண்டு கோடி ரூபாய் சொத்தும் எனக்குத்தான். அப்புறம் என் மவளுக்கு, ஜாம் ஜாம்னு கல்யாணம் பண்ணி வைப்பேன். என் மவனுக்கு, தனியா கம்பெனி வச்சுத் தருவேன்." என்று அப்பா வழக்கம் போல் ஆர்ப்பாட்டமாகக் கூற... நான் அம்மாவைப் பார்த்து கண்கள் கலங்கினேன்.

– உயிரோசை இணைய இதழ்
- *2010*

3
கரைக்கு வெளியே

ஜெர்மனி. டுசுல்டார்ஃப் நகர விமான நிலையம்.

லக்கேஜைத் தள்ளியபடி லாபியில் நடந்து வந்தாள் சுமித்ரா. ஏர் போர்ட்டிலேயே, ஜெர்மனியின் குளிரை உணர முடிந்தது. விமான நிலையம், ஒரு ஃபைவ்ஸ்டார் ஹோட்டல் போல் இருந்தது. திரும்பிய பக்கமெல்லாம், பள பளக்கும் கண்ணாடிக் கதவுகள்... மின் விளக்குகள்.... சென்ட் வாசனை மூக்கைத் துளைத்தது. கும்பல், கும்பலாகத் திரிந்து கொண்டிருந்த வெள்ளைக் காரர்களுக்கு நடுவே, சுமித்ரா மட்டும் தனித்துத் தெரிந்தாள்.

சுமித்ராவிற்கு நடுத்தர வயதிருக்கும். அழகாக இருந்தாள் (ஒரு கதையின் கதாநாயகி வேறு எப்படி இருப்பாள்?). முன்பக்கம் கலைந்திருந்த தலைமுடி, அவளை மேலும அழகாகக் காட்டியது. தவிப்பாய் அலைந்த அகன்ற விழிகளில், ஒரு ஈரம் கலந்த பளபளப்புத் தெரிந்தது.

சுமித்ரா பணி புரியும் பன்னாட்டு நிறுவனத்தின் தலைமை அலுவலகம், டுசுல்டார்ஃபில் உள்ளது. ஒரு மாத கால, இன் சர்வீஸ் ட்ரெய்னிங்கிற்காக, அவளை டுசுல்டார்ஃப் அனுப்பி யிருக்கிறார்கள். விமான நிலையத்தில் இறங்கியவுடன், ஜான் ஃபிஷர் என்பவனுக்கு ஃபோன் செய்யச் சொல்லியிருந்தார்கள். அந்த பப்ளிக் போனில், நம்பரை டயல் செய்தபடியே, வெளியே பார்த்தாள் சுமித்ரா.

ஸ்மோக்கிங் ஜோனிலிருந்த, உயரமான ஸ்டூலில் அமர்ந்து, சிகரெட் குடித்தபடி ஒருவன், இவளையே பார்த்துக் கொண்டிருந்தான். இவள் பயணம் செய்த விமானத்தில் வந்தவன்தான். பார்த்தால், இந்திய முகமாகத்தான் தெரிந்தது. ஆனால் இப்படி வெறித்துப் பார்க்கிறானே...

ஃபோனில் பேசினாள். ஜான் ஃபிஷர் வருவதற்குத் தாமதமாகிவிட்டதாகவும், இப்போதுதான் கார் பார்க்கிங்கிற்கு வந்திருப்பதாகவும் கூறி, அவளை நேராகக் கார் பார்க்கிங்கிற்கு வரச்சொன்னார். பேசி முடித்துவிட்டு, திரும்பிப் பார்த்தாள். இன்னும் அவன், இவளையே பார்த்துக்கொண்டிருந்தான்.

வேகமாக வெளியே வந்தாள். கார் பார்க்கிங்கின் அவுட்கேட் பகுதியில் நின்றுகொண்டாள். சில வினாடிகளிலேயே அவன், மீண்டும் இவளுடைய கண்களில் தென்பட்டான். அவனுக்கு ஏறத்தாழ சுமித்ராவின் வயதுதான் இருக்கும். நேராக அவனும் அவுட்கேட்டை நோக்கி வந்துகொண்டிருந்தான். அவளுக்குப் படபடப்பாக இருந்தது. ஏனோ தெரியவில்லை. சற்று பயமாகவும் இருந்தது.

அவன் இவளருகில் வந்து நிற்க, சுமித்ரா, அந்தப் பக்கம் திரும்பிக்கொண்டாள். யார் இவன்? தான் போகுமிடம் எல்லாம் வருகிறானே... ஒருவேளை தன்னை ஃபாலோ செய்கிறானோ? சுற்றிலும் பார்த்தாள். யாரும் இல்லை. கார்கள்

மட்டும் வேகமாகச் சென்றுகொண்டிருந்தன. என்ன செய்வது... என்று அவள் யோசித்துக்கொண்டிருக்கும்போதே அவன், "ஹலோ..." என்றான்.

அவள் திகிலுடன் நோக்கியபடி, "வாட் டு யு வான்ட்?" என்றாள்.

"நீங்க தமிழா?" என்றான் தமிழில்.

"ஆமாம்... ஏன் கேட்குறீங்க?"

"நீங்க அடுத்து, ஃபியர்ஸன் வில்லேஜ்க்கு போகப் போறீங்களா?"

"ஏன் கேட்குறீங்க?"

"இல்ல... நான் போறதா இருக்கேன். நீங்களும் அங்க வந்து, என்னைப் பார்த்து மிரண்டு ஓடி... எதுக்கு வம்பு? அதான், நீங்க அங்க போறதா இருந்தா, நான் வராம இருந்துக்கலாம்னு கேட்டேன்" என்று அவன் கூறியவுடன் சுமித்ரா பதட்டம் தணிந்து, லேசாகச் சிரித்தாள்.

"அப்பாடா... ஏங்க... என்னைப் பாத்தா பொறுக்கி மாதிரி தெரியுதா? ஏதோ... குளிக்காம கொள்ளாம, தலைல்லாம் கலைஞ்சு, ஒரு மாதிரி இருக்கேன். நீங்கப் பேசி முடிச்சவுடனே பேசறதுக்காக, நான் பூத்தையே பாத்துகிட்டிருந்தேன். அதுக்குன்னு... என்னைப் பாத்தாலே, நம்பியாரப் பாத்த சரோஜோதேவி மாதிரி மிரளக்கூடாது."

மீண்டும் புன்னகைத்த சுமித்ரா, "அப்படில்லாம் ஒண்ணுமில்ல... புது இடம். போற இடத்துல எல்லாம் உங்களப் பாத்தவுடனே, என்னமோ ஒரு பயம்..."

"என்னைப் பார்த்து பயப்படவே வேண்டியதில்ல... சின்ன வயசுல, என் தங்கச்சியோட ஃப்ரண்ட்ஸ்ங்க கூட, சினிமாவுக்கு... கோயிலுக்கு... எல்லாம் என்னைத்தான் துணைக்கு அனுப்புவாங்க. அவங்க சுண்டுவிரல் நுனியைக் கூட பாக்காம, பத்திரமா கொண்டு வந்து விட்டுருவேன். அப்படி ஒரு தத்தி நான்" என்று அவன் கூறியதற்கு சத்தமாகச் சிரித்தாள் சுமித்ரா.

"அப்பாடா... சத்தமாவே சிரிச்சுட்டீங்க. இஃப் யூ டோன்ட் மைண்ட்... ஒண்ணு கேட்கலாமா? நீங்க டூரிஸ்டா வந்துருக்கீங்களா... இல்ல... ஏதாச்சும்..." என்று இழுத்தான்.

"ஒரு ட்ரெயினிங்கிற்கு..."

''நினைச்சேன்... 'ஓர்க் ஸ்டடி ஃபார் ஹையர் ப்ரொடக்டிவிட்டி...' அம் ஐ ரைட்?"

"என் கடவுளே..." என்று ஆங்கிலத்தில் கூறியவள், "நீங்களும் அதுக்குதான் வந்துருக்கீங்களா?'' என்றாள்.

"அதேதான்... அப்ப வேற வழியே இல்லை... ஒரு மாசம், ஒரே ட்ரெய்னிங்ல இருக்கப்போறோம். நாம இண்ட்ரட்யூஸ் பண்ணிக்கொண்டே ஆகணும். என் பேரு கணேஷ்..."

"என் பேரு சுமித்ரா. மும்பை ப்ளாண்ட்ல, ப்ரொடக்ஷன் மேனேஜர்'' என்று அவள் கூறிக்கொண்டிருக்கும்போதே அவர்களருகில், அந்த பிஎம்டபுள்யு கார் வந்து நின்றது. டிரைவர் சீட்டிலிருந்த ஜெர்மன்காரர் இவர்களை நோக்கி, "சுமித்ரா... கணேஷ்....?'' என்றார்.

"யெஸ்...'' என்றவுடன் இறங்கி, "ஐ யெம் ஜான் ஃபிஷர். குடன் ஆபென்" என்று காலை வணக்கம் கூறி, அவர்களை வரவேற்றார். "ஸாரி... கொஞ்சம் லேட்டாயிடுச்சு. அதான் நேரா உங்கள, கார் பார்க்கிங்கிற்கு வரச்சொல்லிட்டேன்" என்று கொச்சையான ஆங்கிலத்தில் கூறிவிட்டு, லக்கேஜ்களைக் காரில் ஏற்றினார்.

விமான நிலையத்தை விட்டு வெளியே பிரதான சாலைக்கு வந்தபிறகு அவர்களிடம் பேச ஆரம்பித்தார். ஃபார்மலாகப் பேசிவிட்டு, பேச்சை நிறுத்திக்கொண்டார். ஜெர்மானியர்கள் அவ்வளவு லேசாகப் பழகிவிட மாட்டார்கள்.

இருவரும் வெளியே வேடிக்கைப் பார்த்தனர். தெருவெங்கும் பனித்துகள்கள் விழுந்து கிடக்க... அதில் கார் டயர் தடங்கள் தெளிவாகத் தெரிந்தன. திரும்பிய திசையெங்கும் கார்கள்... கார்கள்... நீண்ட ரெய்ன் ஆற்றுப் பாலத்தைக் கடந்து, நகரைத் தாண்டியவுடன் கார் வேகம் எடுத்தது.

"நீங்க... தமிழ்நாட்டுலயிருந்துதான வர்றீங்க?" என்றாள் சுமித்ரா.

"என்னங்க.... இன்னும் சந்தேகம் போகலையா? நயன்தாரா மேல சத்தியமா தமிழ்நாடுதாங்க. தமிழ்நாட்டுல நடிகர் ஸ்ரீகாந்தும், வந்தனாவும் சேர்ந்துட்டாங்க. சரத்குமார், அகில இந்திய சமத்துவ மக்கள் கட்சின்னு புதுசா ஒரு கட்சி ஆரம்பிச்சிருக்காரு. வேணும்னா பழைய ஜெயலட்சுமி கேஸ், ஜீவஜோதி கேஸெல்லாம் டீடெய்லா சொல்றேன். அப்பயாச்சும் தமிழன்னு நம்புவீங்களா?" என்று கேட்க சுமித்ரா சிரித்தாள்.

"அய்யோ... நான் சந்தேகப்பட்டு கேட்கல.... இப்ப நான் தமிழ் ஆளுதான். ஆனா மும்பை பிளான்ட்ல ஒர்க் பண்றேன். அந்த மாதிரி வேற எங்கயாச்சும், ஒர்க் பண்றீங்களான்னு தெரிஞ்சுக்கறதுக்காகக் கேட்குறேன்."

"மெட்ராஸ் ப்ளாண்ட்லதான் ஒர்க் பண்றேன்..."

"இந்த ட்ரெய்னிங் ரொம்ப யூஸ்ஃபுல்லா இருக்கும்ல..."

"மண்ணாங்கட்டி.... எவனோ ஒரு மைக்கேல் இல்லன்னா பெக், இருக்கறதுலேயே அழகான பொம்பளையப் பாத்து பேசிட்டிருக்கப் போறான். நடு, நடுவுல ஃபேக்டரிக்கு அழைச்சுட்டுப் போயி, ட்ரவுசர் மட்டும் போட்டுகிட்டு, ஆப்பிள் சாப்பிட்டுகிட்டே, நட்ட திருவுற ஜெர்மன் ஒர்க்கர்ஸக் காட்டப்போறான்... இதுக்காக எவன் வர்றான்? கொஞ்ச நாளைக்கு, ஸ்கூல் யூனிஃபார்மோட பீச்சுல லவ் பண்ற பொண்ணுங்களப் பாத்து பதறாம, பரக்க, பரக்க ஆஃபீஸ்க்கு ஓடாம நிம்மதியா இருக்கலாம். அவ்வளவுதான். நான் இப்படித்தான் இங்கிலீஷ் நியூஸ் சேனல் ரிப்போர்ட்டர் மாதிரி, மூச்சு விடாம பேசிகிட்டே இருப்பேன். நீங்கதான் குறுக்கப் புகுந்து, உங்க தரப்பு விஷயங்களை சொல்லிக்கணும்."

"ஆனா ரசிக்கிற மாதிரிதான் பேசறீங்க."

நாற்பது நிமிடங்களில் ஃபியர்ஸன் வில்லேஜில் நுழைந்தவுடன, சர்ச்சுகள்... வீடுகள்... ஷாப்பிங் சென்டர்கள்... என்று வரிசையாகத் தெரிந்தன.

கெஸ்ட் ஹவுஸ் வாசலில் கார் நின்றது. கெஸ்ட் ஹவுசில், ட்ரெய்னிங்கிற்காக வேறு நாடுகளிலிருந்து வந்திருந்தவர்களும் இருந்தனர். அனைவருக்கும் தனித்தனி சூட்கள் ஒதுக்கப் பட்டிருந்தன.

சுமித்ரா சூட்கேஸிலிருந்தப் பொருட்களை எடுத்துக் கீழே வைத்துக்கொண்டிருந்தாள். பௌடர் டப்பா கீழே விழுந்து, தடதடவென்று உருண்டது. கணேஷ் கூட இப்படித்தான். ஒரு கமா, முற்றுப்புள்ளி இல்லாமல், தடதடவென்று பேசிக் கொண்டே இருக்கிறான். ஆனால் மிகவும் சுவாரஸ்யமாகப் பேசுகிறான். இந்த முப்பத்தாறு வயதில், எந்த ஒரு ஆணையும் சந்தித்த கணத்தோடே மறந்து போய்விடுவாள் சுமித்ரா. ஆனால் கணேஷ் நினைக்க வைத்தான்.

கணேஷ் ஜன்னல் கண்ணாடிக்கு வெளியே பார்த்துக் கொண்டிருந்தான். வெளியே, வெள்ளை, வெளேரென்று விழுந்துகொண்டிருந்த பனித்துகள்களைப் பார்க்க அற்புதமாக இருந்தது. வாக்மேனில் இளையராஜாவின், "தெய்வீக ராகம்... தெவிட்டாத பாடல்...." ஓடிக்கொண் டிருந்தது.

வெளியே பனித்துகள்கள். காதில் இளையராஜா பாட்டு. அடுத்த சூட்டில் சுமித்ரா போன்ற அழகான பெண். போதும். வாழ்க்கையில், இதை விட வேறென்ன இனிமை வேண்டும்?.

நாற்பது வயதிலும், சுமித்ரா போன்ற அழகான பெண்களைப் பார்த்தால், மனசு குதூகலிக்கத்தான் செய்கிறது. சுமித்ராவின் முகத்தில், அதற்குள், வாழ்ந்து களைத்த ஒரு அலுப்புத் தெரிந்தது. ஆனால் அந்த அலுப்பே, அவளுக்கு ஒரு நிதானமான அழகைத் தந்திருக்கிறது. நன்கு அகன்ற கண்கள். அவன் பேசும் விஷயங்களுக்கேற்ப, அவள் கண்களின் பாவங்கள் மாறிக்கொண்டேயிருக்கின்றன. தொடர்ந்து சுமித்ராவைப் பற்றியே நினைத்துக்கொண்டிருந்தான் கணேஷ்.

மாலை. கணேஷும், சுமித்ராவும் கெஸ்ட் ஹவுசை விட்டு வெளியே வந்தனர். சுமித்ரா சுடிதார் அணிந்து, மேலே நீல நிறத்தில், ஓவர் கோட் அணிந்திருந்தாள். முகம் பளிச்சென் றிருந்தது.

"மூணாவது தடவையா இங்க வந்திருக்கேன். இங்க சுத்திப் பாக்க, பெருசா ஒண்ணும் இல்லை. டுசுல்டார்ஃப் போனா, நிறைய ப்ளேஸஸ் பார்க்கலாம். இந்த ஊர்ல... நடக்கறதே ஒரு சுகமான அனுபவம். இப்படியே நடந்து போனா, ஒரு சைனீஸ் ரெஸ்டாரண்ட வரும். போய், ஏதாச்சும்

டிஃப்பரன்ட்டா சாப்பிடலாம்" என்றபடி நடக்க ஆரம்பித்தான் கணேஷ்.

பிளாட்பார்ம் ஓரமாக நின்றுகொண்டிருந்த மரங்கள்... வீடுகள்... என்று எல்லாவற்றையும் பனித்துகள்கள் மூடி யிருந்தன.

பின்னால் பெல் அடிக்கும் சத்தம் கேட்க, திரும்பிப் பார்த்தனர். அழகழகான ஜெர்மன் சிறுவர்கள், ஹெல்மெட் டெல்லாம் அணிந்துகொண்டு, சைக்கிளில் இவர்களைக் கடந்து சென்றனர். சாலையில் கார்கள் வேகமாகச் சென்றுகொண் டிருந்தன.

"இந்த ஊர்ல மனுஷங்களை விட, காருங்கதான் நிறைய இருக்கும் போலருக்கு" என்று சுமித்ரா கூறிக்கொண்டிருக்கும் போதே, திடீரென்று பனிமழை பொழிய ஆரம்பித்தது. சட்டென்று உடம்பில் குளிர்ச்சி ஏற... சுமித்ரா குளிருக்கு இதமாக, தனது கைகளை இறுகக் கட்டிக்கொண்டு, ஆசையுடன் வானத்தைப் பார்த்தாள்.

"வாவ்...ப்யூட்டிஃபுல்." என்று சந்தோஷத்துடன் கூவிய சுமித்ரா, "ரொம்ப நல்லா இருக்குல்ல..." என்று முன்னால் நடந்தாள். சற்று தூரம் சென்றவுடன், பின்னால் திரும்பி, தன் காலடித் தடம் பதிந்திருந்த பனித் தரையை, சிறு குழந்தை போல் ஆர்வத்துடன் நோக்கினாள்.

சட்டென்று பனிமழை நின்றுவிட, "உங்க ஃபேமிலியப் பத்தி சொல்லவே இல்லையே" என்றாள் சுமித்ரா.

"ஒரே ஒரு பொண்டாட்டி. ரெண்டு பசங்க. ரெண்டு பேரும், சிலிக்கான் வேலி போய், சில்லறை பண்ணலாம்ங்கற கனவோட ப்ளஸ் ஒன், ப்ளஸ் டூ படிச்சுக்கிட்டிருக்காங்க. நியாயமா பாத்தா உங்கள மாதிரி அழகான பொண்ணுகிட்ட, மோசமான பொண்டாட்டி., போதை பழக்கத்துக்கு அடிமையான பையன்னு சொல்லி, உங்க அனுதாபத்தைக் கிளப்பி விடணும். ஆனா அப்படில்லாம் இல்ல. நல்ல மனைவி. நல்லப் பசங்க. ஆனா எல்லாமே நல்லா அமைஞ்சா கூட, சில சமயம் வாழ்க்கை போரடிக்க ஆரம்பிச்சுடும். உங்களப் பத்தி சொல்லலியே?"

‘‘உங்கள மாதிரிதான். நல்ல கணவன். ரெண்டும் பொண்ணுங்க. பெரியவ, எய்த்து படிக்குறா. அடுத்தவ சிக்ஸ்த்து. ஹஸ்பென்ட் நல்ல டைப்புதான். ஆனா நின்னு பேசறதுக்கு நேரம் இருக்காது. ஓடிக்கிட்டேயிருப்பாரு. பிஸினஸ். நாலு வார்த்த நிதானமா பேசலாம்னு பாப்பேன். அதுக்குக் கூட அவருக்கு நேரம் இருக்காது.’’

“என் ஒய்ஃபும் இதே கம்ப்ளைண்ட்தான் சொல்வா. அது என்னவோ பாருங்க. இந்த ஆம்பளங்களுக்கு, ஊரான் பொண்டாட்டிகிட்டப் பேசறதுக்கெல்லாம் நேரம் இருக்கும். சொந்தப் பொண்டாட்டிகிட்டப் பேசறதுக்கு மட்டும் நேரம் இருக்காது” என்று கூற சுமித்ரா சாலை என்பதையும் மறந்து, சத்தமாகச் சிரித்தாள். அடக்க முடியாமல் தொடர்ந்து சிரித்தாள்.

அடுத்து வந்த இரண்டு வாரமும், சுமித்ரா, தொடர்ந்து சிரித்துக்கொண்டே இருந்தாள். உலகம் விரைவில் அழியப் போவது போலவும், அதற்குள் எல்லாச் சிரிப்பையும் சிரித்து முடித்துவிடவேண்டும் என்பது போலவும் சிரித்துக்கொண் டேயிருந்தாள். காலை பத்து மணி முதல், இரண்டு மணி வரைதான் ட்ரெய்னிங். மற்ற நேரமெல்லாம் மணிக்கணக்கில் பேசியபடி, இருவரும் டுசுல்டார்ஃப் முழுவதும் சுற்றினார்கள்.

டுசுல்டார்ஃப் நகரத்தின், ரெய்ன் டவரின் உச்சியிலிருந்த ரெஸ்டாரண்டின் கண்ணாடி வழியே நகரைப் பார்த்தபடி,

“உங்களப் பத்தி நினைக்கறப்ப, ஆச்சர்யமா இருக்குங்க கணேஷ். ஒரு பக்கம் மெஹ்தி ஹசனோட கஜல் பாடல்கள், ஆர்ட் ஃபிலிம்னு சீரியஸா, நல்ல ரசனையோட பேசறீங்க. மறுபக்கம் ரொம்ப ஜாலியா பேசறீங்க” என்றாள் சுமித்ரா.

“ஏங்க... சிரிச்சு, ஜோவியலா பேசறவங்களுக்கு, நல்ல ரசனை இருக்கக்கூடாதா என்ன? சாயம் போன ஜிப்பா போட்டுகிட்டு, தாடி வளர்த்து, வானத்தைப் பாத்து, சிகரெட் பிடிச்சுகிட்டு, “துர்மரணத்தில் தொலைந்து போகாத வாழ்க்கை”ன்னு பேசினாதான், நல்ல ரசனை இருக்குன்னு அர்த்தமா?” என்று கணேஷ் கூறியதற்கு, நெற்றியில் விழுந்த கூந்தலை, அழகாகப் பின்னால் தள்ளியபடி சிரித்தாள் சுமித்ரா.

ஹாப்கார்ட்டன் பார்க்கின் பசுமை சூழ்ந்த பாதையில் நடந்தபடி, "அப்ப நான் காலேஜ்ல படிச்சுக்கிட்டிருந்தேன். ஒரு நாள் கோயில்ல, சாமி கும்பிட்டுகிட்டிருந்தேன். அப்ப பக்கத்துல ஒரு பொண்ணு, என்னை சைடு கண்ணால பாத்துகிட்டேயிருந்துச்சு. யாருன்னு பாக்கலாம்னு திரும்பிப் பார்த்தேன். முகத்தைக் காட்டாம, பட்டுப் பாவாடை, பச்சைத் தாவணியோட கொலுசு சத்தம் கேட்க ஓடிப்போயிடுச்சு. அதுக்குப் பிறகு அந்தப் பொண்ணப் பாக்கவே இல்லை. ஆனா அந்தக் கொலுசுச சத்தம் மட்டும் தொடர்ந்து கேட்டுகிட்டே இருக்கும். இப்ப கூடக் கேட்கும். கேட்டுப் பாருங்க" என்று தனது காதை, சுமித்ராவின் காதருகில் கொண்டு வந்தான் கணேஷ்.

குளிரில் பற்கள் வெடவெடவென்று நடுங்க சிரித்தாள் சுமித்ரா.

இரண்டு வார காலத்திற்குள், அவர்களுக்குள் ஒரு இறுக்கமான நட்பு வேர் விட்டிருந்த சமயத்தில், திடீரென்று கம்பெனி வேலையாக, கணேஷ், மூன்று நாட்கள் ஃபிராங்க்ஃபர்ட்டுக்கு சென்றுவிட... சுமித்ராவுக்கு சட்டென்று வாழ்க்கையே வெறுமையாகிவிட்டதுபோல் தோன்றியது.

அவன் நினைவுகள், ஒரு நிழல் போல அவளைத் தொடர்ந்துகொண்டே இருந்தன.

"சினிமால வர்ற மாதிரி ஹாஸ்பிடல்ல, மானிட்டர் துடிக்கறதப் பாத்து, பயந்துகிட்டே சாகாம, இந்த மாதிரி அழகான சூழலை ரசிச்சுகிட்டே, சட்டுன்னு செத்துப் போயிடணுங்க சுமித்ரா" என்று மனதிற்குள் தோன்றிப் பேசினான்.

இது வெறும் நட்புதானா?... இல்லை... வேறு ஏதாவதா? இந்த உணர்வுகளுக்கு என்ன பெயர் வைப்பது என்று தெரியாமல் தவித்துக்கொண்டிருந்த சுமித்ராவிற்கு, மூன்று நாட்கள் கழித்து, ஃபெல் ஸ்ட்ராஸே பஸ்ஸ்டாப்பில் காத்திருந்து, பஸ்ஸிலிருந்து இறங்கிய கணேஷைப் பார்த்தவுடன், உடம்பெல்லாம் பரவசத்தில் மிதக்க, "ஹாய்..." என்று உற்சாகத்துடன் கூவிய கணத்தில் தெரிந்துவிட்டது. அது காதல்.

கணேஷின் கண்களிலும் ஒரு கூடுதல் வெளிச்சம் தெரிந்தது. அவனுக்கும் கடந்த மூன்று நாட்களாக ஒன்றும் ஓடவே இல்லை.. சுமித்ராவின் சிவந்த முகத்தில், ஆங்காங்கே பனித்துகள்கள் வெள்ளையாக ஒட்டிக்கொண்டிருக்க... "இளையராஜாவோட திருவாசகம் கேட்டுருக்கீங்களா கணேஷ்?" என்று கேட்கும் சுமித்ரா.... தலையை நன்கு பின்னுக்கு இழுத்து, அழகான சத்தத்துடன் சிரிக்கும் சுமித்ரா... என்று அவள் முகம் நினைவில் தோன்றி, தொந்தரவு செய்துகொண்டே இருந்தது. பஸ்ஸிலிருந்து இறங்கியவுடன், தனக்காகக் காத்துக்கொண்டிருந்த சுமித்ராவின் முகத்தில் தெரிந்த உற்சாகமும், கண்களில் தெரிந்த வெளிச்சமும் அவனுக்கு ஏதேதோ கூறின.

திடீரென்று வேகமாக அடித்த காற்றில், பனித்துகள்கள் உயரே எழும்பிப் பறக்க... நடுவில் கறுப்பு நிற ஓவர்கோட்டுடன், முகமெல்லாம் சிரிப்பாக, ஐ மிஸ்ட் யு ஸோ மச்" என்று சுமித்ரா கூறிய கணத்தில், உள்ளுக்குள் ஒரு அலை அடிதது ஓய்ந்தது. கணேஷ் பதில் ஒன்றும் கூறாமல், சாலையின் நடுவிலிருந்த தடுப்புச் சுவரில் வளர்க்கப்பட்டிருந்த ரோஜாப் பூவைப் பறித்து சுமித்ராவிடம் நீட்டினான். சுமித்ரா வெட்கத்துடன் வாங்கி, தலையில் சூடிக்கொண்டாள்.

இருவரும் குளிருக்கு இதமாகக் கைகளைக் கட்டிக்கொண்டு, விழிகளால் ஒருவரை ஒருவர் விழுங்கியபடி நடந்தனர். கணேஷின் தோள்கள் உரசியபோது, அவள் விலகிக் கொள்ளவில்லை.

"என்னன்னே தெரியல. மூணுநாள் கழிச்சு உங்களைப் பார்த்தவுடனே, அப்படி ஒரு சந்தோஷம். யோசிச்சுப் பாக்கறப்ப, வாழ்க்கைல காசு, பணம்லாம் ஒரு விஷயமே இல்லைங்க. மனசுக்குப் பிடிச்சவங்களோட, மனசுக்குப் பிடிச்ச இடத்துல இருக்கறத விட, பெரிய சந்தோஷம் வேற ஒண்ணும் இல்லன்னு தோணுது" என்றான் கணேஷ்.

"எனக்கும் அப்படித்தான் தோணுது. இந்த மூணு நாளும், உங்க நினைப்பு என்னை சுத்தி, சுத்தி அடிச்சது. இப்ப உங்களைப் பார்த்தவுடனே, எனக்குக் காலெல்லாம் நடுங்க

ஆரம்பிச்சுடுச்சு. மனசுல ஒரு படபடப்பு. பரவசம். ரொம்ப சந்தோஷமா ஃபீல் பண்றேன். திடீர்னு உலகம் சுத்தறது நின்னுப் போய், இந்த நாள்லயே வாழ்க்கை நின்னுப் போயிடுச்சுன்னா, எவ்வளவு நல்லாயிருக்குமில்ல...'' என்றாள் ஏக்கத்துடன்.

ஆனால் உலகம் சுற்றத்தான் செய்தது. நாட்கள் வேகமாக ஓடின.

பயிற்சியின் கடைசி நாள். மாலை. ரெய்ன் நதிக்கரையோர புல்வெளி. இருவரும் பிரியப் போகும் துக்கத்துடன், ஒன்றும் பேசாமல் மௌனமாக அமர்ந்திருந்தனர். ரெய்ன் நதியில், சரக்குக் கப்பல்கள், சத்தமின்றிச் சென்றுகொண்டிருந்தன. கரையோர ஷிப் பார்களின் மேல் தளத்தில், தண்ணியடித்துக் கொண்டிருந்தார்கள்.

நீண்ட நேர அமைதிக்குப் பிறகு கணேஷ்தான் முதலில் பேச ஆரம்பித்தான்.

''ரெண்டு பேரு ரொம்ப தாமதமா சந்திக்கிறதால, வாழ்க்கைல எவ்வளவோ முக்கியமான விஷயங்களை இழந்துடுறோம் இல்ல?'' என்றபடி சிகரெட்டைப் பற்ற வைத்துக்கொண்டான் கணேஷ்.

"ஆமாம் கணேஷ். ஒரு இருபது வருஷத்துக்கு முன்னாடி நாம்ப சந்திச்சிருக்கணும்."

"என்னன்னவோ சொல்லணும்னு தோணுது."

"எனக்கும்தான். ஆனா சொல்லி என்னாகப்போகுது?"

"யெஸ். ஹிப்போக்ரட்டிக் இன்டியன் ஃபேமிலி செட் அப்."

"அவ்வளவு சுலபமா போலித்தனம்னு சொல்லிட முடியாது கணேஷ். போலியா இருந்தா, உங்களைப் பத்தி நினைக்கறப்ப எல்லாம், ஏன் குடும்பத்தை நினைச்சு, குற்ற உணர்வு வரணும்?"

"குற்ற உணர்வு இருந்தாலும், மனசு அதை விரும்புதே..."

"ஆமாம்... எனக்குக் குற்ற உணர்வு வர்றப்பெல்லாம், இனிமே உங்களைப் பார்க்கும்போது, அதிகம் பேசக்கூடாதுன்னு தோணும். ஆனா உங்களைப் பார்த்தவுடனே, எல்லாம் மறந்துபோய், பதினெட்டு வயசுப் பொண்ணு மாதிரி துள்ளுற

மனச என்ன பண்ணமுடியும்? காத்துல பறக்குற முந்தானையை இழுத்து இடுப்புல செருகிக்கிற மாதிரி, மனசை இழுத்து செருகிக்க முடியல கணேஷ். ஆனாலும்... நாம பிரியறதத் தவிர வேற வழியில்ல. காத்தடிக்குற திசைலதான் பட்டத்தப் பறக்கவிடணும். எதிர்திசைல பறக்க விட்டா, ஒரு செகண்ட் ஜோரா பறந்துட்டு, சட்டுன்னு கீழ விழுந்துடும்."

"அப்ப எல்லாத்தையும் மறந்துடவேண்டியதுதானா சுமி?"

"ஆமாம். மறந்துதான் ஆகணும். ஆனா எப்படி மறக்கறதுன்னு எனக்கே புரியல" என்ற சுமித்ரா கண்கள் கலங்க, "உங்களோட பேச்சுக்கு நான் சிரித்த சத்தம், இன்னும் என் காதுல ஒலிச்சுகிட்டேயிருக்கு. அந்த மாதிரில்லாம் நான் சிரிச்சு, எத்தனையோ வருஷமாச்சு. உங்க கூட இருந்த நிமிடங்கள்ல எல்லாம், மனசு மயிலிறகு மாதிரி பறந்துகிட்டே யிருந்துச்சு. அதயெல்லாம் எப்படி மறக்கமுடியும் கணேஷ்?" என்று சுமித்ரா கூற, கணேஷ் துக்கத்தைத் தொண்டைக்குள் விழுங்கியபடி, அவள் கைகளை இறுகப் பிடித்துக்கொண்டான்.

சுமித்ரா திடீரென்று அழுதபடி, கணேஷின் தோள்களில் சாய்ந்துகொள்ள, "சுமி..." என்றபடி அவளை இறுக அணைத்துக்கொண்டான் கணேஷ்.

அப்போது திடீரென்று காற்று வேகமாக வீச, வெள்ளை நிறப் பனித்துகள்கள் பறந்து, அவர்கள் மீது ஒரு போர்வைப் போலப் படர்ந்துகொண்டது. சுமித்ராவின் காதுகளில் தனது ஈர உதடுகள் உரச, "ஐ லவ் யு சுமி" என்றான் கணேஷ். 'ஐ டு கணேஷ்" என்றபடி மேலும் அவனை இறுக அணைத்துக் கொண்டாள் சுமித்ரா.

சில நிமிடங்கள் கழித்து, சுமித்ராவின் முகத்தை நிமிர்த்தி, அவள் கண்களைத் துடைத்த கணேஷ், "இது போதும் சுமித்ரா" என்றான்.

"ஆமாம் கணேஷ். காதல்னா, கல்யாணம் பண்ணிக்கணும்.... இல்ல... செக்ஸ் வச்சுக்கணும்னு கட்டாயம் இல்ல. அதெல்லாம் இல்லாமலே கூட, ஒரு காதல் இருக்கமுடியும். ஏன்? பாத்துக்காம, பேசிக்காமலே கூட, ஒரு காதல் கடைசி வரைக்கும் இருக்கமுடியும். அதனால... இந்தியா போன பிறகு,

நமக்குள்ள எந்தத் தொடர்பும் வேணாம். ஏன்னா..." என்று இழுத்தாள் சுமித்ரா.

"புரியுது சுமித்ரா... டைமாயிடுச்சு. கிளம்பலாம்" என்று எழுந்தான் கணேஷ்.

கரையோர பாரிலிருந்து யாரோ ஒருவன், பாட்டிலை ஆற்றில் வீசினான். பாட்டில் விழுந்த வேகத்தில், வட்ட வட்டமாக நீரில் எழும்பிய அலைகள், சில வினாடி களிலேயே ஓய்ந்துபோய், சலனமற்று நின்றது நதி.

– உயிரோசை இணைய இதழ்,
டிசம்பர் – 2009

4

ஆண்

சென்னைக்கு, குறிப்பாக சென்னையின் இரவுக்கு, ஒரு மறுபக்கம் உள்ளது. இதனைச் சந்திப்பதற்கு, சிற்சில அதிர்ச்சிகளை எதிர்கொள்ள நீங்கள் தயாராக இருக்கவேண்டும்.

அப்படி ஒரு இரவு. கிழக்குக் கடற்கரைச் சாலை. அந்தத் திறந்தவெளி பாரின் நடுவில், இளம் வயது ஆண்களும், பெண்களும் ஏறத்தாழ சம எண்ணிக்கையில், கட்டிப்பிடித்தபடி நடனமாடிக் கொண்டிருந்தனர். அதுவும் ரெய்ன் டான்ஸ் என்று மேலேயிருந்து ஷவரில் தண்ணீர் கொட்டிக் கொண்டிருந்தது. ஸ்பீக்கரில் 'யு

ப்ளாங் வித் மி...” என்று டெய்லர் ஸ்விஃப்ட் அலறிக்கொண் டிருந்தாள்.

ஆட்டத்தில் இடுப்புக்கு மேலே ஏறிவிட்ட ஜீன்சை ஒரு பெண், அவசரமாக மீண்டும் இடுப்புக்குக் கீழே இறக்கிக்கொண்டாள். இன்னொரு பெண், நீரில் நனைந்து, மெலிதான டீசர்ட்டின் வழியாக உள்ளாடைகள் எல்லாம் தெரிய... அவள் கழுத்துக்குக் கீழ் ஒரு முறை பார்த்துவிட்டு, உள்ளாடைகள் போதுமான அளவு தெரியாததால், கையில் கொஞ்சம் தண்ணீரைப் பிடித்து, மார்பில் ஊற்றிக் கொண்டாள்(வாழ்க பாரதம்).

பெண்கள் வயதுக்கு வந்தவுடன், ‘மாராப்ப ஒழுங்காப் போடுடி...’ என்று உடம்பை மறைக்கச் சொல்லிக் கற்றுத் தந்ததொரு சமூகத்தின் மாபெரும் வீழ்ச்சியை, அந்த பாரின் ஒரு மூலையிலமர்ந்து விஸ்கி அருந்தியபடி, கவலையுடன் கவனித்துக்கொண்டிருந்தேன்.

நவீன் எங்கே என்று ஆடும் கூட்டத்திற்கு நடுவே தேடினேன். நவீன் கூட்டத்திலிருந்து விலகி, நேற்றுதான் சாட்டிங்கில் பிக்அப் செய்திருந்த பெண்ணை இடுப்பை அணைத்தாற்போல் அழைத்துக்கொண்டு, காட்டேஜை நோக்கிச் சென்றுகொண் டிருந்தான்.

நான் எழுந்து தூரத்தில் தெரிந்த கடற்கரையை நோக்கி நடந்தேன். அலைகளை நெருங்கியவுடன், கீழே அமர்ந்து ஒரு சிகரெட்டைப் பற்ற வைத்துக்கொண்டேன். அந்த இரவும், மெலிதான போதையும், நிலவொளியில் கடல் அலைகளும் மனதுக்கு ரம்மியமாக இருந்தது.

நவீன், என்னுடன் பணி புரிபவன். நன்கு பழகுவான். நண்பர்களுக்குப் பண உதவி தேவையென்றால், கணக்கு வழக்குப் பார்க்காமல் செலவு செய்வான். ஆனால் பெண்கள் விஷயத்தில் மட்டும் வீக். அவனுக்கு வாழ்க்கை என்றால் பெண்கள்தான். உதாரணத்திற்கு, நாமெல்லாம் நேற்று மழை பெய்த விஷயத்தை, “நேத்து மவுண்ட் ரோடுல வந்துட்டிருந்தப்ப செம மழை...” என்று கூறுவோம். இதையே நவீன், “த்ரிஷா போஸ்டரப் பாத்துகிட்டே வந்துட்டிருந்தேன். திடீர்னு மழை.

பொண்ணுங்க உடம்பெல்லாம் நனைஞ்சு, வேகமா ஓடுதுங்க. நான் லேடீஸ் நிறைய பேரு ஒதுங்கியிருக்கிற இடமாப் பாத்து நின்னுகிட்டேன்" என்பான். ஒரே ஒரு ஸ்டேட்மென்ட்டில், எத்தனைப் பெண்கள் பாருங்கள்.

ஆள் நன்கு உயரமாக, ஜிம்முக்கெல்லாம் சென்று உடலைக் கட்டு மஸ்தாக வைத்திருப்பான். பத்தாதற்கு நன்கு சிரிக்க, சிரிக்கப் பேசுவான். எனவே வேலை நேரம் போக, யாரேனும் பெண்களுக்கு வலை வீசியபடியே இருப்பான். யாராவது சிக்கவும் செய்வார்கள். எனக்குத் தெரிந்து இப்போது நடனமாடி, அவன் அழைத்துச் செல்லும் பெண், மூன்றாவது. இன்னும் எத்தனையோ?

நான் இன்று வேண்டாம் என்று மறுக்க, மறுக்க... "ஒரு வித்தியாசமான உலகத்தைப் பார்..." என்று நவீன்தான் அழைத்து வந்திருந்தான். பின்னால் காலடி சத்தம் கேட்க, திரும்பிப் பார்த்தேன். நவீன்.

"என்ன சரண்... இங்க உக்காந்துட்டிருக்க?"

"எவ்ளோ நேரம்தான் அந்தக் கண்றாவியப் பாத்துகிட்டிருக்கிறது... பொண்ணுங்களா இதெல்லாம்? பொண்ணுங்கன்னா, வெள்ளிக்கிழமை தலை குளிச்சிட்டு, கொலுசு சத்தம் கேட்க... சாந்துப் பொட்டுக்கு கீழ லேசா குங்குமம் வச்சுகிட்டு நடந்து வருங்க பாரு... அது பொண்ணுங்க." என்று நான் கூறியதற்கு அவன் சத்தமாகச் சிரித்தான்.

"டேய்... நீ எந்தக் காலத்துல இருக்க? அதுல்லாம் நம்ம தமிழ் சினிமா டைரக்டர்ஸ், தங்களோட பழைய காதலிங்கள நினைச்சு எடுக்குறது. ஒரு சாஃப்ட்வேர் கம்பெனில டீம் லீடரா இருந்துகிட்டு, இப்படி பேச உனக்கு வெக்கமா இல்ல?"

"நியாயமா பாத்தா, நீ பண்ணிட்டு வந்த காரியத்துக்கு நீதான் வெக்கப்படணும்."

"இதுல என்ன வெக்கம்? ஆம்பளைன்னா ஆளப் பிறந்தவங்க. எதை? பெண்கள ஆளப் பிறந்தவங்க."

"ஆணுன்னா வேற ஒண்ணுமில்லையா? குடும்பத்தைக் காப்பாத்தறது... இந்த மாதிரி..."

“அதெல்லாம் ஒரு பக்கம். ஆனா ஒரு ஆண் எப்ப முழுமையடையறான்னா, இந்த மாதிரி ஃபிகருங்கள பிக் பண்றப்பதான்.”

“சரி... நீ பொம்பள மேட்டர விடு. நாளைக்கு சியாட்டில்ல இருந்து ஃபோன் பண்ணி, கூரியர் சர்வீஸ் ப்ராஜக்ட் என்னாச்சுன்னு உன் மாமன் கேப்பான். இன்னும் பாதி ஒர்க் கூட தாண்டல. போன வாரமே டெட்லைன் முடிஞ்சிடுச்சு. அத நினைச்சாலே வயத்தக் கலக்குது. அவன்கிட்ட உன் ஆம்பள டெஃபனேஷன எல்லாம் சொல்லு.”

“இன்னும் ஒரு வாரம் டைம் வாங்கு. நான் நாளைக்கு லீவு...”

“என்னடா திடீர்னு?”

“ஒரு முக்கியமான வேலை...”

“உனக்கு முக்கியமான வேலைன்னா, லேடீஸ் மேட்டர்தானே?

“ஆமாம்... ஆளு யாருன்னு தெரிஞ்சா நீ ஆடிடுவே. நம்ம சந்தியா...”

“சந்தியாவா?” என்றேன் அதிர்ச்சியுடன்.

சந்தியா, நவீன் பணி புரியும் குழுவின் டீம் லீடர். இரண்டு அக்காக்கள், தங்கை, தம்பி... என்று பெரிய குடும்பம். ஒரு மெகாசீரியலுக்குத் தேவையான ஏராளமான கிளைக்கதைகள் கொண்ட குடும்பம். சந்தியாவின் அப்பா, வாழ்க்கையில் செய்த ஒரே உருப்படியான காரியம், சந்தியாவை ஒழுங்காகப் படிக்க வைத்ததுதான். அவள் சம்பளத்தில்தான் குடும்பமே நிமிர்ந்தது. இரண்டு அக்காக்களுக்கும் அவள்தான் திருமணம் செய்து வைத்தாள். இப்போது தம்பி பிஇ படித்துக்கொண்டிருக்கிறான். அவன் படித்து முடித்த பிறகுதான், தனக்கு கல்யாணம் என்று கூறிக்கொண்டிருப்பாள்.

முப்பது வயதாகியும் திருமணமாகாமல் இருப்பதன் இறுக்கம் அவளிடம் தெரியும். பிற அலுவலர்களிடம் அதிகம் பேச்சு வைத்துக்கொள்ள மாட்டாள். என்னன்னா என்னா... அவ்வளவுதான். ஒரு கெட் டுகெதர் பார்ட்டிக்கு

குடும்பத்தினரை எல்லாம் அழைத்து வந்திருந்தாள். மிகவும் ஆச்சாரமான குடும்பம் போல. பார்ட்டியில் பரிமாறப்பட்ட சரக்கையும், அங்கு நிலவிய சத்தத்தையும் அவர்களால் ஜீரணிக்கவே முடியவில்லை. அரை மணி நேரத்திலேயே கிளம்பிப் போய்விட்டார்கள். அவள் எப்படி இவனிடம் சிக்கினாள்?

"நிஜமாவாடாச் சொல்ற? அவ யாருகிட்டயும் பேசக் கூட மாட்டாளேடா..."

"ஆமாம். பேசலன்னா என்ன? அவளுக்கும் உடம்பு இருக்குல்ல... முதல்ல எனக்கும் ஐடியா இல்ல. போன வாரம் பேங்களூர் ட்ரெய்னிங் போயிட்டு வந்தோம்ல்ல... ரிட்டர்ன் வர்றப்ப, பஸ்ல என் கூடதான் வந்தா. பக்கத்துலதான் உக்காந்துருந்தா. தூக்கத்துல அப்படி, இப்படி பட்டு, எனக்கு ஒரு மாதிரியாயிடுச்சு. அவளுக்கும் சொஸ்தாயிடுச்சு போல. என்ன ஒரு மாதிரி, கண்ணுல கிக்கோட பாத்தா. அப்புறம் என்ன? இழுத்து வச்சு உதட்டுல ஒரு கிஸ் அடிச்சேன் பாரு. ஆளு ஃப்ளாட்டு. நாளைக்கு ஹோட்டல்ல மீட் பண்றோம்."

"ஏய்... ரொம்பப் பாவம்டா. ரொம்ப ஆர்த்தடாக்ஸ் ஃபேமிலி. அவளப் போயி... சந்தியாவ கல்யாணம் பண்ணிக்குற ஐடியா ஏதும் இருக்கா?

"சேச்சே... அந்த மாதிரி ஐடியாவே கிடையாது. அதப் பத்தி நான் ஒண்ணும் பேசவே இல்ல. அவளும் கேக்கல. இது சும்மா ஒரு பண்ட மாற்று மாதிரி. எனக்குத் தேவையானது அவகிட்ட இருக்கு. அவளுக்குத் தேவையானது எங்கிட்ட இருக்கு."

"எனக்கு என்னமோ நீ நடந்துக்கிறதல்லாம் கொஞ்சம் கூடப் பிடிக்கல."

ம றுநாள் காலை பதினோரு மணி. அலுவலகத்தில் நான் மிகவும் பிஸியாக இருந்தேன். "கரஸ்பான்டிங் டீமுக்கு ரூட் பண்ணுங்க" என்று இன்டர்காமை வைத்துவிட்டு கணினியை நோக்க, மொபைல் போன் அடித்தது. நவீன்.

"சரண்... ஹோட்டல்ல ஒரு பிரச்னயாயிடுச்சுடா..." என்ற நவீனின் குரலில் பதட்டம்.

53

"என்னாச்சுடா? போலீஸ் ரெய்டா?"

"அதை விடப் பெரிய பிரச்னடா. ஹோட்டலுக்கு வந்து, ரிசப்ஷன்ல கீல்லாம் வாங்கிட்டோம். திடீர்னு அவளுக்கு குற்ற உணர்ச்சி. 'நான் வரல... ஆபீஸ் போற'ன்னு வெளிய வந்துட்டா. நான் சமாதானமாப் பேசினேன். 'எங்க வீட்டுல, நான் ஆஃபீஸ் போயிருப்பன்னு நினைச்சிட்டிருப்பாங்க. இங்க வந்துருக்கன்னு தெரிஞ்சா என்னாவும் தெரியுமா'ன்னு அழுவுறா. எல்லாரும் வேடிக்கை பார்க்க ஆரம்பிச்சிட்டாங்க. ஹோட்டலுக்குள்ளயே ஒரு கன்ஸ்ட்ரக்ஷன் ஒர்க் நடந்து கிட்டிருக்கு. எல்லாரும் பாக்குறாங்கன்னு, சந்தியா அந்த பில்டிங்குள்ள போய் அழுதுட்டிருந்தா. நான் வெளிய நின்னு தம்மடிச்சுட்டிருந்தேன். அப்ப திடீர்னு...." என்ற நவீன் பேச்சை நிறுத்தினான்.

"என்னாச்சுடா? சொல்றா..."என்றேன் நான் பதட்டத்துடன்.

"கன்ஸ்ட்ரக்ஷன் நடந்துட்டிருந்த பில்டிங் ரூஃப்பு இடிஞ்சு விழுந்திடுச்சுடா. ரூஃப்பு நேரா சந்தியா தலை மேலதான்டா விழுந்துச்சு. நான் பயந்துபோய் ஓடி வந்துட்டேன்."

"ஓடி வந்துட்டியா? பிச்சைக்கார நாயே... அவளுக்கு என்னாச்சுடா?"

"தெரியலடா... நாளைக்கு போலீஸ் கேஸ் ஆயி... பேப்பர்லல்லாம் பேரு வந்துச்சுன்னா, எங்க வீட்டுல பிரச்னயாயிடும். அதான்டா வந்துட்டேன்."

"ப்ளடி ஷிட்.... இப்ப எங்கருக்க?"

"ஹோட்டலுக்கு பக்கத்துத் தெருலதான்டா இருக்கேன்."

"எந்த ஹோட்டல்?" என்றதற்கு, நவீன் ஹோட்டல் பெயரைக் கூறினான்.

"இப்ப நீ முதல்ல ஹோட்டலுக்குப் போயி, சந்தியாவுக்கு என்னாச்சுன்னு பாரு..."

"வேண்டாம்டா..., எனக்கு பயமா இருக்கு. ரிசப்ஷனிஸ்ட் எங்க ரெண்டு பேரையும் பாத்துருக்கா. போலீஸ் வந்துச்சுன்னா, என்னதான் விசாரிப்பாங்க."

"இப்ப மட்டும், ரூம் யாரு புக் பண்ணியிருக்காங்கன்னு விசாரிக்கமாட்டாங்களா?

"அது வேற பேருல பண்ணியிருக்கேன். அட்ரசும் பொய் அட்ரஸ்தான் கொடுத்திருக்கேன். அதனால என்னைத் தேடி வர முடியாது. அதான் எதா இருந்தாலும், ஹோட்டல்காரங்க பாத்துப்பாங்கன்னு வந்துட்டேன்."

"மனுஷனாடா நீ? பரதேசி நாயே... உன்ன நம்பி வந்தா பாரு. இப்ப நீ ஹோட்டலுக்குப் போறியா? இல்லையா?"'

"இல்லடா... எனக்கு பயமாயிருக்கு..." என்ற நவீன் போனை வைத்துவிட்டான்.

மறுபடியும் அவனிடம் பேசலாமா என்று நினைத்தேன். பேசிப் பயனில்லை. சந்தியாவிற்கு என்ன ஆயிற்று என்று தெரியவில்லை. நான் சீக்கிரம் அங்கே சென்றாக வேண்டும். வேகமாக எழுந்து ப்ராஜக்ட் மேனேஜரிடம் ஒரு அவசர வேலை என்று சொல்லிவிட்டு வேகமாக போர்ட்டிகோவிற்கு ஓடினேன். பைக்கை எடுத்துக்கொண்டு, சீறிப் பாய்ந்து பறந்தேன்.

ஹோட்டல் வாசலில் கும்பல். கும்பலை விலக்கிக் கொண்டு வேகமாக உள்ளே ஓடினேன். நான் சென்றபோது ஆம்புலன்சில் யாரோ இருவரை ஏற்றிக்கொண்டிருந்தார்கள். ஹோட்டல் மேனேஜர் போல் தெரிந்தவர், யாரிடமோ ஃபோனில் பேசிக்கொண்டிருந்தார். ஆம்புலன்ஸ் நகர... நான் மேனேஜரிடம் சென்று, "என்னாச்சு சார்? அடிபட்டவங்கள்ல யாராச்சும் லேடி இருக்காங்களா?" என்றவுடன் அவர் சட்டென்று என் கையைப் பிடித்துக்கொண்டார். "நீதான் அந்தப் பொண்ணு கூட வந்தவனா? உள்ள வா..." என்று என் கையைப் பிடித்து இழுத்துக்கொண்டு சென்றார்.

"சார்... நான் இல்ல சார். என் ஃப்ரண்டு அழைச்சுட்டு வந்தான். அந்தப் பொண்ணுக்கு என்னாச்சு சார்?"

"தெரில. ஆனா உயிரு இருக்கு. வலில கத்திகிட்டேயிருந்தா. மொத்த காங்ரீட்டும் அவ மண்ட மேலதான் விழுந்திருக்கு. கூட கன்ஸ்ட்ரக்ஷன் ஒர்க்கர் ஒருத்தன், ஸ்பாட்லயே அவுட்.

இவளுக்கு என்னாவும்னு தெரியல. பாக்கலாம்" என்றார் அவர் ஹோட்டல் லாபியில் நுழைந்தபடி.

"எந்த ஆஸ்பிடல் சார் போறாங்க? நான் போய் பாக்கணும்."

"அதெல்லாம் எவ்ளோ செலவானாலும், நாங்க பாத்துக்குவோம். கூட ஃப்ரண்ட் ஆபீஸ் மேனேஜரை அனுப்பியிருக்கேன். இப்ப போலீஸ் வர்றதுக்குள்ள, பொண்ணு யாருன்னு தெரியணும்" என்ற மேனேஜர் ரிசப்ஷனிஸ்ட்டிடம், "இவன் கூடதான் வந்தாளா?" என்றார்.

"இல்ல சார். அவன் நல்லா உயரமா இருந்தான்."

"போலீஸ்க்கு இன்ஃபார்ம் பண்ணிட்டியா?"

"சொல்லிட்டன் சார். ஏதோ கொலைன்னு, எல்லாரும் அங்க போயிருக்காங்களாம். இன்னும் ஒன் அவர்ல வரன்னு சொன்னாங்க."

"அப்பாடா..." என்று நான் நிம்மதியானேன். இன்னும் ஒரு மணி நேரம் இருக்கிறது. அதற்குள் ஏதாவது செய்யவேண்டும். இப்போது நான் மருத்துவமனைக்கு சென்று, எதுவும் ஆகப்போவதில்லை. ஹோட்டல்காரர்கள் பார்த்துக் கொள்வார்கள். இப்போது எனது வேலை, சந்தியா இங்கு பாய் ஃப்ரண்டுடன் வந்த விஷயத்தை, வெளி உலகுக்குத் தெரியாமல் மறைப்பதுதான். சந்தியாவுக்கு என்னாகும் என்று தெரியவில்லை. எப்படியும் பேப்பரில் செய்தி வந்து, பேர் நாறிவிடும். எனவே போலீஸ் வருவதற்குள், சந்தியா வேறு ஏதாவது ஒரு விஷயத்திற்காக ஹோட்டலுக்கு வந்ததாக செட் செய்யவேண்டும்.. என்ன செய்வது என்று குழப்பமாக இருந்தது.

"உங்க பேரு என்ன?" என்றார் மேனேஜர்.

"சரண் சார்..." என்ற நான் அனைத்து விஷயத்தையும் கூறி முடித்தேன்.

"பொட்டப் பய... இவனுக்குள்லாம் எதுக்கு கேர்ள் ஃப்ரண்ட்... அவனுக்கு ஃபோனப் போடுங்க."

போன் செய்தேன். ஸ்விட்ச்ட் ஆஃப் என்று வந்தது. "ஸ்விட்ச்டு ஆஃப் சார்..." என்றேன்.

“எனக்குத் தெரியாது. நான் போலீஸ் வந்தவுடனே எல்லாத்தையும் சொல்லிடுவேன்” என்றார் மேனேஜர். எனக்குப் பகீரென்றது. கட்டாயம் நாளை பேப்பரில், ‘அழகியுடன் வந்த காதலன் எங்கே? போலீஸ் தேடுகிறது’ என்று கொட்டை எழுத்துகளில் போடுவார்கள். அவர்கள் வீட்டில் என்ன நினைப்பார்கள்? சந்தியா பிழைத்துக்கொண்டால், அவளுடைய எதிர்காலம் என்ன ஆகும்? என்று நினைக்க, நினைக்க வயிற்றைக் கலக்கியது.

“சார் பொண்ணு ரொம்ப ஆர்த்தடாக்ஸ் ஃபேமிலி சார். தெரிஞ்சுதுன்னா மனசு விட்டுடுவாங்க. போலீஸ்கிட்ட வேற ஏதாச்சும் சொல்லுங்க சார்...” என்றேன்.

“அய்யோ... இந்த ஏஸி பயங்கர ஸ்ட்ரிக்ட்டுப்பா. நீங்க வேணும்னா போலீஸ்கிட்ட பேசிப் பாருங்க...”

எனக்கு என்னவோ போலீசிடம் பேசுவது பெரிய ரிஸ்க்காகத் தோன்றியது. என்ன செய்வது என்று நிதானமாக யோசித்தேன். யாராவது க்ளையன்ட்டை மீட் பண்ண இங்கு வந்தாள் என்று சொன்னால் என்ன? ஆனால் எந்த க்ளையன்ட்? உள்ளூர் க்ளையன்ட்டாக இருந்தால், உள்ளூரில் ஆபிஸ் இருக்கும்போது, எதற்கு ஹோட்டலுக்கு வரவேண்டும் என்ற கேள்வி எழும். யாராவது வெளியூர் க்ளையன்ட், இங்கு தங்கியிருந்ததாக சொல்லவேண்டும். யாராவது வெளியூர் க்ளையன்ட் இப்போது சென்னையில் இருக்கிறார்களா என்று யோசித்தேன்.

சட்டென்று மும்பை சஹாரிகா சர்மா ஞாபகத்துக்கு வந்தார். அவர் மும்பையில் ஒரு தனியார் வங்கியின் ஜிஎம் அட்மின். அந்த வங்கியின் அனைத்து சாஃப்ட்வேர் பணிகளையும் நாங்கள்தான் பார்த்து வருகிறோம். ப்ராஜக்ட் விஷயமாக அடிக்கடி மும்பை சென்று, சஹாரிகா மேடத்திடம் எனக்கு நல்லப் பழக்கம் உண்டு. அவர் வேறு ஒரு செமினாருக்காக இன்று சென்னை வருவதாகச் சொல்லியிருந்தார். முடிந்தால் மதியம் அலுவலகத்திற்கு வருவதாக கூறியிருந்தார். அவர் இந்த ஹோட்டல் அறையில் தங்கியிருந்ததாகவும், அவரைப் பார்க்க சந்தியா வந்ததாகவும் கூறினால்... சட்டென்று சுறுசுறுப்பானேன்.

வேகமாக சஹாரிஹா சர்மாவிற்கு போன் செய்தேன். "மேடம்... குட் மார்னிங். நான் சரண் பேசறேன்... நீங்க சென்னை வந்துட்டீங்களா?" என்றேன் ஆங்கிலத்தில்.

"வந்துட்டேன். என்ன விஷயம்?"

"மேடம்... ஒரு அர்ஜன்ட் ஹெல்ப். ஒரு பெண்ணோட லைஃபே இதுல அடங்கியிருக்கு. நீங்க இப்ப உடனே ஒரு ஹோட்டலுக்கு வரமுடியுமா?"

"என்ன விஷயம்ப்பா?" என்ற சஹாரிகா சர்மாவிடம் நான் சுருக்கமாக விஷயத்தைக் கூறினேன். அவர் உடனே ஹோட்டலுக்கு வர ஒப்புக்கொண்டார்.

"தேங்க் யூ மேடம்..." என்று கூறிவிட்டு ஃபோனை வைத்தேன்.

மேனேஜரிடம், "சார்... ஒரே ஒரு ஹெல்ப் பண்ணுங்க சார். அந்தப் பொண்ணு... பாய் ஃப்ரண்ட பாக்க வந்த மாதிரி இல்லாம, எங்க க்ளையன்ட் ஒருத்தர பாக்க வந்த மாதிரி போலீஸ்கிட்ட சொல்லலாம் சார்."

"நோ வே... அந்த ஏஸி பயங்கர ஸ்ட்ரிக்ட்டு. பின்னாடி விஷயம் தெரிஞ்சுதுன்னா, என்ன தூக்கி உள்ள உக்கார வச்சிடுவான்."

"சார்... கொஞ்சம் நல்லா யோசிங்க சார். போலீஸ்கிட்ட உண்மையச் சொல்லி, நாளைக்கு பேப்பர்ல விஷயம் வந்துச்சுன்னா... அந்த பொண்ணோட ஃபேமிலி வெளியத் தலைக்காட்ட முடியுமா? அப்புறம் அந்தப் பொண்ணோட லைஃபு..."

"அது சரிங்க... இந்த மாதிரி ஆக்சிடென்ட் ஆயிடுச்சே..."

"அது எதையும் நாம்ம மறைக்கப் போறதுல்ல. இங்கதான் வந்தா. ஆக்சிடென்ட்ல மாட்டிகிட்டா. ஆனா எதுக்கு வந்தாங்கிறததான் மாத்தப்போறோம். இங்க வேற ரூமு எதாச்சும் வேகன்ட்டா இருக்கா?"

"இருக்கு."

"அந்த ரூம சஹாரிஹா சர்மாங்குற பேர்ல புக் பண்ணுங்க. அவங்க இன்னும் கொஞ்சம் நேரத்துல, இங்க வந்துடுவாங்க.

கம்பெனி வேலையா சந்தியா இங்க வந்ததா நான் போலீஸ்கிட்டச் சொல்றன். சஹாரிகா மேடமும், தன்னைப் பாக்க வந்ததா சொல்வாங்க."

"பெரிய வேலையா இருக்கும் போல இருக்கேப்பா..."

"ப்ளீஸ் சார்... நம்ம வீட்டுப் பொண்ணுங்களுக்கு இந்த மாதிரி ஆச்சுன்னா? விஷயம் தெரிஞ்சா, நாளைக்கு அந்தக் குடும்பமே தூக்குல தொங்கினாலும் ஆச்சர்யப்படுறதுக்கில்ல. வேணும்னா உங்க கால்ல வேணும்னாலும் விழறேன்..." என்று நான் கீழே குனிய.... "ஏய்... என்னப்பா... சரி... நான் சேர்மேன்ட்ட பேசிட்டுச் சொல்றேன். நீ மத்த ஏற்பாடெல்லாம் பண்ணு."

"தேங்க் யூ சார்..."

சில நிமிடங்களில் அங்கு வந்து இறங்கிய சஹாரிஹா சர்மா, பாப் வெட்டியிருந்தார். நரை முடிக்கு டை எல்லாம் அடித்திருக்கவில்லை. காட்டன் சேலையில் இருந்தார். முகத்தில் கேள்விகள். இவன் அனைத்து விஷயத்தையும் கூறினான்.

"அந்தப் பொண்ண நீ ஒன்சைடா லவ் கிவ் பண்றியா? இவ்ளோ அக்கறையா செய்றியேன்னு கேக்குறேன்."

"அப்படில்லாம் இல்ல மேடம். கூட வேலை செய்ற பொண்ணு. குடும்பத்து மேல ரொம்ப அக்கறையான பொண்ணு. நாளைக்கு வெளிய தெரிஞ்சு, அந்தக் குடும்பம் அசிங்கப்பட்டுதுன்னா..."

"உனக்கு எத்தன வயசாவுது?"

"இருபத்தஞ்சு மேடம்."

"காட் ப்ளஸ் யூ மை சன். போலீஸ் வந்தா என்னைக் கூப்பிடு. என் ரூம் நம்பர் என்ன?"

"305 மேடம்" என்ற மேனேஜர் அவரை அழைத்துச் சென்றார்.

சிறிது நேரத்தில் ஹோட்டல் வாசலில் போலீஸ் ஜீப் வந்து நின்றது. விசாரணை செய்த ஏஸியிடம் சஹாரிஹா மேடம்,

“என்னைப் பாக்கதான் வந்தா. புவர் கேர்ள். பேசிட்டு, அவள சென்ட் ஆஃப் பண்ணலாம்னு போர்ட்டிகோ வரைக்கும் வந்தேன். அப்ப அவ சுடிதார் துப்பட்டா பறந்து, அந்த பில்டிங்குள்ள போயிடுச்சு. எடுக்கப் போனா... பாவம் மாட்டிகிட்டா...” என்று தெளிவான ஆங்கிலத்தில் கூற, போலீஸ் மேற்கொண்டு ஒன்றும் கிண்டவில்லை. சந்தியாவின் வீட்டுக்குத் தகவல் தெரிவிக்கப்பட்டது.

அன்று மதியம். அந்த ஆபரேஷன் தியேட்டர் வாசலில் நானும், சந்தியாவின் குடும்பத்தினரும் அமர்ந்திருந்தோம். உள்ளே சந்தியாவிற்கு மைனர் ஆபரேஷன் நடந்து கொண்டிருந்தது. பெரிதாகப் பிரச்னை ஏதும் இல்லை என்று டாக்டர் கூறியிருந்தார். இருந்தாலும், சந்தியாவின் குடும்பத்தினர் இன்னும் அழுகையை நிறுத்தியபாடில்லை.

அந்த வராண்டாவின் முனையில் நவீன் தயங்கி, தயங்கி நடந்து வருவது தெரிந்தது. சற்று முன்னர்தான் போன் செய்து, நான் எங்கிருக்கிறேன் என்று கேட்டான். நான்தான் இந்த மருத்துவமனைக்கு அவனை வரச் சொல்லியிருந்தேன்.

நான் வேகமாக எழுந்து அவனை நோக்கிச் சென்றேன். என்னைப் பார்த்தவுடன் நவீன் குற்ற உணர்வுடன், “ரொம்ப தேங்க்ஸ்டா...” என்றான்.

சட்டென்று, நான் ஆம்பளடா... என்று நேற்றிரவு கடற்கரையில் அவன் கூறியது ஞாபகத்திற்கு வந்தது. மனதிற்குள் சிரித்தபடி, ஓங்கி பளாரென்று அவன் கன்னத்தில் அறைந்தேன்.

– ஆனந்த விகடன்
பிப்ரவரி – 2010

5

இவர்கள்... இன்று... இவ்வாறு...
காதலிக்கிறார்கள்

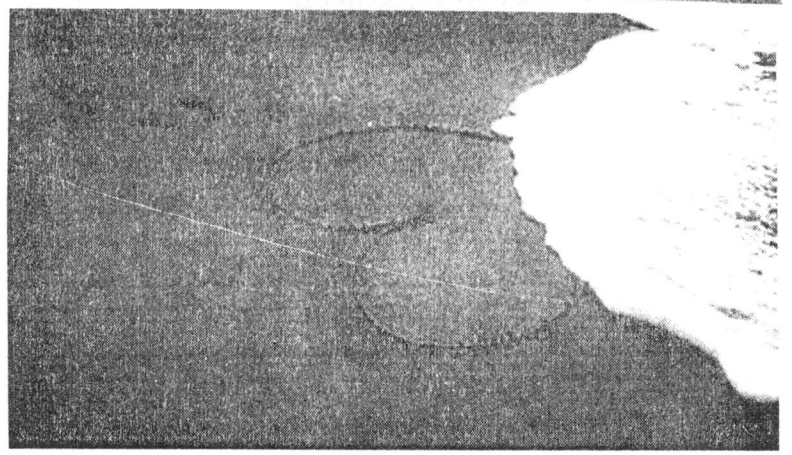

அரிசிக் கடை சேகர், திண்ணையில் என் அப்பாவுடன் பேசிக்கொண்டிருந்தார். நான் டவுசர் வாரை இழுத்து, இழுத்து விளையாடியபடி படித்துக்கொண்டிருந்தேன்.

“நம்ம விஏஓ தஞ்சாவூர் பக்கம் போய்ட்டு, பொழுது சாய பைக்ல வந்துருக்காரு. வாய்க்கால் பாலத்துக்கு கீழ நம்ம வெங்கட்டு பய நின்னுட்டிருந்திருக்கான்” என்று அரிசிக்கடை சேகர் மெதுவாகக் கூற, “எந்த வெங்கிட்டுய்யா?” என்றார் அப்பா.

எனக்கு அதற்கு மேல் புத்தர், போதிமரத்தடியில் ஞானம் பெற்ற விஷயத்தில் ஈடுபாடு குறைந்து,

படிப்பை நிறுத்திவிட்டு, அவர்கள் பேச்சில் முழுமையாகக் கவனத்தை செலுத்தினேன்.

“நம்ம கோனார் மவன் வெங்கிட்டுய்யா. இந்நேரத்துல இவன் ஏன்டா இங்க நிக்கிறான்னு விஏஓக்கு டவுட்டு. வண்டியை ஓரங்கட்டியிருக்காரு. அவனும் கவனிக்கல. கொஞ்ச நேரத்துல நம்ம ஜோசியர் மவ செல்வி அங்க வந்துருக்கா...” என்ற சேகரின் பேச்சில் குறுக்கிட்ட அப்பா, “ஒரு நிமிஷம்... இந்தப் பயலைக் கடைக்கு அனுப்பிடுறேன்” என்றார்.

“அஞ்சாங்கிளாஸ் படிக்கிற பய. அவனுக்கு என்னய்யா தெரியப்போவுது.”

“அதெல்லாம் அந்தக் காலம் சேகரு.... வித்துருவானுங்க. ராத்திரி கொஞ்சம் சந்தேகம் வந்தாப் போதும். அடமா, தூங்காம முழிச்சிகிட்டிருந்து, என்னையும், என் பொண்டாட்டி யையும் தூங்க வச்சுட்டுதானே தூங்குவான். முதல்ல அனுப்பி வச்சிடுறேன். டேய் மணி...” என்றார் சத்தமாக. நான் காதில் கேட்காதது போல் ப(ந)டித்துக் கொண்டிருந்தேன்.

“டேய்... மணி” என்றார் அப்பா மீண்டும் சத்தமாக.

“என்னப்பா?”

“நம்ம வடிவேலு கடைக்குப் போய், வெத்தலைப் பாக்கு வாங்கிட்டு வா...”

“படிக்குற வேலையிருக்குப்பா.”

“அடி செருப்பால... பத்து நிமிஷம் கூட ஆகாது. போய் வாங்கிட்டு வாடா” என்று காசை நீட்ட, வாங்கிக்கொண்டு கிளம்பினேன்.

கொஞ்ச நாளாவே எனக்குப் பல விஷங்கள் புரியறதே இல்லங்க. தொணதொணன்னு பேசிகிட்டே சினிமா பாக்குற எங்க மாமா, நமீதா டான்ஸ் வந்தவுடனே பேச்சை நிறுத்திடுறாரு. மகாநதிப் படத்துல கமலண்ணன், சுகன்யாக்காவப் புடிச்சு இழுக்கறப்ப அப்பா டிவி சேனலை மாத்திடறாரு. எப்பவும் படி படிங்கிறவரு, சில நாள் ராத்திரி அம்மா கூட கிசுகிசுன்னு பேசிகிட்டே, காலைல படிச்சுக்கலாம். படுடாங்குறாரு... இதெல்லாம் எனக்குப் புரியறதே இல்லங்க.

இப்ப என்னன்னா... திடீர்னு என்னைக் கடைக்கு அனுப்புறாரு.

யோசனையுடன் நான் கடைத்தெருவினுள் நுழைய, "டேய் மணி... இங்க வாடா'' என்று குரல் கேட்கத் திரும்பி பார்த்தேன்.

சைக்கிள் கடை பாலு. வாடகை சைக்கிள்களுக்குப் பின்னால், கல்லாவில் அமர்ந்தபடி என்னைப் பார்த்துச் சிரித்தார்.

"என்னண்ணேன்..." என்று உற்சாகமாக பாலண்ணனை நோக்கி நடந்தேன். எப்போது என்னை ரோட்டில் பார்த்தாலும் பிரியமாகப் பேசுவார்.

"எங்கடா இந்நேரத்துல கடைக்குப் போற?

"எங்கப்பா சேகர் மாமா கூட பேசிக்கிட்டிருந்தாரு. திடீர்னு கூப்பிட்டு கடைக்குப் போவ சொல்லிட்டாரு. எனக்கு ஒரே டவுட்டு."

"என்னடா டவுட்டு?"

"நான் எதையோ கேட்கக்கூடாதுன்னுதான் அனுப்பி வச்சிருக்காரு."

"என்ன கேக்கக்கூடாதுன்னு?"

"நம்ம விஏஓ, பாலத்துக்கு கீழ வெங்கட்டண்ணனப் பாத்தாராம். கொஞ்ச நேரத்துல அங்க செல்வியக்காவும் வந்தாங்களாம்."

"அப்படிப் போடு அருவாள" என்றார் பாலண்ணன்.

"என்னண்ணன்?"

"ஒண்ணுமில்ல. அப்புறம் என்னாச்சு சொல்லு..."

"அப்புறம்தான் நம்மளக் கிளப்பிட்டாங்களே. நான் என்னத்தக் கண்டேன்? ஏண்ணன் இருட்டுற நேரத்துல பாலத்துக்கு கீழ என்னண்ணன் பண்ணுவாங்க?

''ம்... அடுத்த அசெம்ப்ளி எலக்ஷன்ல யாரு ஜெயிப்பாங்கன்னு டிஸ்கஸ் பண்ணுவாங்க. கேள்வியைப்

பாரு... அதெல்லாம் இருக்கட்டும். எனக்கு ஒரு வேலை செய்யணுமே" என்றார்.

"என்ன வேலை?"

"ஒரு லெட்டர் தரேன். ராதிகாட்ட கொடுக்குறியா?"

ராதிகாக்கா எங்கள் எதிர்வீட்டு ஹைஸ்கூல் ஹெட்மாஸ்டர் மகள். பக்கத்து டவுன் காலேஜ்ல படிக்கிறாங்க. பாலண்ணன், ராதிகாக்கா கோயிலுக்கு போறப்ப, என்னை சைக்கிள் பின்னாடி உக்கார வச்சுகிட்டு, பின்னாடியே போயி ஒரு பெல்லடிப்பாரு பாருங்க. ராதிகாக்காவுக்கு வாயெல்லாம் பல்லாயிடும். ஒரு தடவை அவங்க தலைல இருந்து பூ கீழ விழுந்துடுச்சு. அண்ணன் எடுத்துக் கொடுத்தாரு பாருங்க... அக்காவுக்கு முகமெல்லாம் சிவந்துடுச்சு. ராதிகாக்கா கோலம் போடறப்பதான் அண்ணன் வாசப்படில நின்னு பல்லு விளக்குவாரு. ராதிகாக்கா பைப்புக்கு தண்ணிப் புடிக்கப் போறப்பதான் அண்ணன் சைக்கிள்ல குடத்த மாட்டிகிட்டு கிளம்புவாரு.

"என்ன... லவ் லெட்டரா?" என்றேன்.

"டேய்... இதெல்லாம் தெரிஞ்சு வச்சிருக்கியா? லவ்வுன்னா என்னடா?"

எத்தனை சினிமால பாத்துருக்கேன். ஒரு அண்ணனும், அக்காவும் லவ் பண்ணுவாங்க. அடுத்த நிமிஷம் பாட்டு வரும். பாட்டுல ரெண்டு பேரும், வெறி நாய் துரத்தற மாதிரி ஓடுவாங்க. எங்க ஓடுறாங்கன்னு தெரியாது. ராத்திரி ஃபோன்ல கிசுகிசுன்னு பேசிப்பாங்க. பெத்தவங்களுக்கு தெரிஞ்சவுடனே அடி நொங்கி எடுப்பாங்க. இதெல்லாம் தெரியும். ஆனா ஏன் இதையெல்லாம் செய்றாங்கன்னுதான் தெரியாது. அது ஒரு தப்பான காரியம் என்கிற அளவுக்குத் தெரியும்.

எனவே, "அய்யோ... அதெல்லாம் தப்பு. நான் கொடுக்கமாட்டேன்" என்றேன்.

"டேய்... இத மட்டும் பண்ணு. நான் அடுத்த வாரம் தஞ்சாவூர் அழைச்சுட்டுப் போய் சுறா படம் காமிக்குறேன்" என்று கூற உடனே, "சரி" என்றேன்.

வாங்கி ட்ராயர் பாக்கெட்டுக்குள் வைத்துக்கொண்டேன். நேராக ராதிகாக்கா வீட்டுக்குச் சென்றேன். நான் சென்ற சமயத்தில் ராதிகாக்கா கூடத்து சோபாவில் அமர்ந்துகொண்டு, ஜாக்கெட்டுக்குக் கொக்கி தைத்துக்கொண்டிருந்தாள்.

என்னைப் பார்த்தவுடன், ''என்னடா... திடீர்னு இந்நேரத்துல இங்க காத்து வீசுது'' என்றாள்.

"ஒண்ணுமில்ல, பாலண்ணன் ஒங்களுக்கு ஒரு லெட்டர் கொடுத்து விட்டாரு. அதுக்குதான் வந்தேன்'' என்றேன் சத்தமாக.

"நீ நாசமாப் போக... ஏன்டா இப்படிக் கத்துற?'' என்றபடி எழுந்தாள்.

நான் லெட்டரை நீட்ட, கொல்லப்பக்கம் பாத்துகிட்டே ராதிகாக்கா சட்டுன்னு அதை வாங்கி, ஜாக்கெட்டுக்குள்ள வச்சுகிட்டாங்க. மறுநாள் ராதிகாக்கா லெட்டர் கொடுத்தாங்க. இப்படியே நிறைய கொடுக்கல், வாங்கல். நாளாவ, நாளாவ பெருசு, பெருசா கடுதாசி. எனக்குப் புரியவே இல்ல. கல்யாணமாகி வெளியூருல இருக்குற எங்கக்காவுக்கு, நாலு வரி கார்டுல எழுதவே எங்கப்பாவுக்கு சேதி இருக்காது. இவங்க என்னத்த பக்கம் பக்கமா எழுதிக்குறாங்க.

ஒருநாள் பாலண்ணன் என்னிடம் சொல்லி, ராதிகாக்காவை மாந்தோப்புக்கு அழைச்சுட்டு வரச் சொன்னாரு. பதிலுக்கு, அன்றிரவு பாப்பாத்தியம்மா கடையில் புரோட்டா வாங்கித் தருவதாகப் பாலண்ணன் சொல்லியிருக்கிறார். பொழுது சாயுற நேரம். என்னை ரோட்டில் நிற்க வைத்து, யாராவது வந்தா கொரல் கொடுன்னு சொல்லிட்டு உள்ளப் போயிட்டாங்க.

கொஞ்சம் நேரம், பேச்சு சத்தம் கேட்டுகிட்டு இருந்துச்சு. அப்புறம் சத்தத்தைக் காணோம். என்னடா சவுண்டக் காணோம் என்று தோப்பினுள் நுழைந்தேன். நான் போன சமயத்தில பாலண்ணன், ராதிகாக்காவை மாமரத்தின் மேல் சாய்த்து கழுத்தில் வருடிக்கொண்டிருந்தார். என்னைப் பார்த்தவுடன் மிரண்டு போன பாலண்ணன், "என்னடா திடீர்னு வந்துட்ட?'' என்றார்.

“இல்ல... சத்தத்தைக் காணோம்னு வந்தேன்.”

“ஒண்ணுமில்லடா... காய்ச்சல்னு சொல்லிச்சு. அதான் கழுத்த தொட்டுப் பாத்துட்டு இருந்தேன். ”

“சரி... சரி... ” என்று திரும்பினேன். இருந்தாலும் ஒரு குழப்பம். கழுத்தில் தொட்டுப் பார்ப்பதற்கு, ஏன் இடுப்பை வளைச்சுக் கட்டிப்புடிக்கணும். சை... ஒரு மண்ணும் புரியமாட்டேங்குது. சில நிமிடங்களிலேயே அவர்கள் வந்துவிட்டார்கள்.

ஒருமுறை ராதிகாக்கா என்னை அழைத்துக்கொண்டு, பெரிய கோயில் போவதாக வீட்டில் சொல்லிவிட்டு தஞ்சாவூர் வந்தார்கள். பாலண்ணன் ஏற்கனவே வந்து காத்துக்கொண் டிருந்தார். ஒரு ஐஸ்க்ரீம் கடைக்குச் சென்றோம்.

எனக்கு ஒரே ஆச்சர்யம். நான் ரெண்டு ஐஸ்க்ரீம் சாப்டுட்டேன். அவங்க ரெண்டு பேரும் சாப்பிடவுமில்ல... பேசவுமில்ல... ஒருத்தர் முகத்தை ஒருத்தர் வெறிச்சுப் பாத்துகிட்டு, ரொம்ப நேரம் உக்காந்திருந்தாங்க. ஒண்ணுமே பேசிக்காம இருக்க, எதுக்கு இவ்வளவு தூரம் வரணும்? நடுவில் ஒரு தடவ, பாலண்ணன் கடையில் ஒட்டியிருந்த ஒரு போஸ்டரைக் காட்டி கண் ஜாடை காட்ட, “சீ...” என்று சிணுங்கினாள் ராதிகாக்கா. அந்த போஸ்டரில், ஒரு ஆம்பளையும், பொம்பளையும் கட்டிப் பிடிச்சுகிட்டிருந்தாங்க. ரொம்ப நேரம் கழிச்சுதான் அவங்க பேச ஆரம்பிச்சாங்க.

“நான் வாடகை சைக்கிள் கடை வச்சுருக்கேன். உங்கப்பா ஹெட்மாஸ்டரு. நம்ப கல்யாணத்துக்கு ஒத்துக்குவாரா?” என்றார் பாலண்ணன்.

“அதெல்லாம் நான் பாத்துக்குறேன். அடம் புடிச்சி, எப்படியாச்சும் சம்மதம் வாங்கிடுறேன். அப்படியும் ஒத்துக்கலன்னா, கட்னப் பொடவையோட கிளம்பி வந்துடுவேன். நீ இல்லாம ஒரு நிமிஷம் கூட, என்னால வாழ முடியாது.”

“நீ வசதியா வளர்ந்தப் பொண்ணு. என்கூட வந்து, உன்னால சந்தோஷமா வாழமுடியுமா?”

“நீ ஒரு நாளைக்கு, ஒரு வேளை கஞ்சி ஊத்துனா கூட போதும் பாலு. அதைக் குடிச்சுகிட்டு, சாவற வரைக்கும் உன் கூட சந்தோஷமா இருப்பேன். நீதான் எனக்கு எல்லாம்” என்று கூற பாலண்ணன் கண்கள் கலங்க, “ராதிகா... இந்த உலகத்துலயே கொடுத்து வச்ச ஆளு நான்தான்” என்றார்.

“இல்லல்ல... உலகத்துலயே கொடுத்து வச்ச ஆளு நான்தான்” என்றாள் ராதிகாக்கா.

எனக்கு, என்னடா இவ கஞ்சி ஊத்தினாப் போதும்ங்கிறா... இவனும் கஞ்சிதான் ஊத்துவங்கறான். சரியான தரித்திரங்களா இருக்கும் போல. என்ன கண்றாவியோ... நமக்கு ஐஸ்க்ரீம் கிடைச்ச வரைக்கும் சந்தோஷம்ன்னு தோணுச்சு.

ராதிகாக்கா, “என் வாழ்க்கைல, ஆம்பளன்னா நீ ஒருத்தன்தான். வேற யாரும் கிடையாது” என்றார்.

“என் வாழ்க்கைலயும், பொண்ணுன்னா அது நீ மட்டும்தான். நீ கிடைக்கலன்னா, நான் நம்மூரு குளத்துல விழுந்து செத்துப் போயிடுவேன்” என்று பாலண்ணன் கூறியவுடன், எனக்கு சிரிப்பு வந்துவிட்டது. எங்க ஊரு குளம் எனக்கே நெஞ்சு வரைக்கும்தான் வரும். அண்ணன் குதிச்சா முழங்கால் அடிபடும். அவ்வளவுதான். ஆனால் ராதிகாக்கா, “அய்யோ அப்படில்லாம் சொல்லாத பாலு” என்று கண் கலங்கினாள்.

இப்படியே சிறிது நேரம் பேசிவிட்டுக் கிளம்பினர்.

பாலண்ணனும், ராதிகாக்காவும் தஞ்சாவூரில் பார்த்துக்கொண்ட விஷயம், எப்படியோ ராதிகாக்கா வீட்டில் தெரிந்துவிட.... ஏக கலாட்டா. தெருவே ரகளையாயிற்று. பாலண்ணனை ரோட்டில் இழுத்துப் போட்டு, அடி பின்னி எடுத்துவிட்டார்கள். நான் தூது போன விஷயம் எங்கப்பாவிற்குத் தெரிஞ்சு, என் டவுசர அவுத்து அம்மணமா நிக்க வச்சு, மூங்கில் குச்சியால விளாசிட்டாரு.

ஒரு வாரம் வரைக்கும் சைலண்டாப் போச்சு. ராதிகாக்கா வீட்டில், அவர் காலேஜுக்குப் போவதை நிறுத்தினார்கள். பாலண்ணன் என்னை ரகசியமாக சந்தித்து, இன்னக்கி ராத்திரி

ஊர விட்டு ஓடிப் போம்னு ராதிகாக்காக்கு தகவல் சொல்லிவிட்டாரு. எனக்கு பயங்கர பயம். இருந்தாலும் பழைய புரோட்டா விசுவாசத்தில், எப்படியாவது இந்த கடைசி உதவியை மட்டும் பண்ணிடலாம்னு முடிவு பண்ணிட்டேன்.

ராத்திரி எல்லோரும் தூங்கியபிறகு, நைசா எதிர்வீட்டு சந்துல நுழைஞ்சேன். ராதிகாக்கா ரூம்ல லைட்டு எரிஞ்சுகிட்டிருந்துச்சு. அப்பாடா... அக்கா இன்னும் தூங்கல. ஜன்னலுக்கருகில் சென்றவுடன், பேச்சு சத்தம் கேட்டு நின்றேன். ராதிகாக்காவின் அப்பா பேசிக்கிட்டிருந்தாரு.

"ஏன்டி இப்படி அடம் புடிக்குற... நாங்க உனக்குப் பாத்துருக்கிற மாப்பிள்ளைக்கு என்ன குறைச்சல்டி. மெட்ராஸ்ல சாஃப்ட்வேர் கம்பெனில எஞ்சினியர். நல்ல சம்பளம்."

"நான் லவ் பண்றது பாலுவத்தான். அவனத்தான் கல்யாணம் பண்ணிப்பேன்."

"அட கிறுக்குப் புடிச்சவளே... அவன் என்னத்தடி சம்பாரிக்கிறான்? டெய்லி, நூறு ரூபாய்க்கு சைக்கிள் ஓடினா பெருசு. ஒரு பழைய ஓட்டு வீடு இருக்கு. நீ இவனைக் கல்யாணம் பண்ணிகிட்டேன்னா, சாணி தட்டிகிட்டு, பழைய அழுக்குப் புடவையக் கட்டிகிட்டு. கஞ்சி குடிச்சுதான் பொழுத ஓட்டணும். நம்ப மாப்பிள்ளை, மெட்ராஸ்ல மாசம் நாப்பதாயிரம் ரூபாய் சம்பளத்துல வேலைல இருக்காரு. இப்பவே கார்ல்லாம் வாங்கிட்டாராம். போய் மகாராணி மாதிரி இருக்கறத விட்டுட்டு, இவன் கூட சைக்கிள்ல போய், கூழு குடிச்சிக்கிட்டிருப்பியா?"

ராதிகாக்கா, "நீங்க என்ன சொன்னாலும் கேட்கமாட்டேன். ஒரு நிமிஷம் கூட என்னால பாலுவைப் பிரிஞ்சு இருக்க முடியாது. கஞ்சி குடிச்சாலும் பாலுவோட சேர்ந்துதான் குடிப்பேன்" அப்படின்னு சொல்வாங்கன்னுதான் நினைச்சேன். ஆனா ராதிகாக்கா ஒண்ணுமே பதில் சொல்லல. எனக்கு ஒரே ஆச்சர்யம். அன்னைக்கி ஐஸ்க்ரீம் கடைல, அப்படித்தானே சொன்னாங்க.

அப்புறம் கொஞ்சம் நேரம் பேசிட்டு அவங்கப்பா போனபிறகு, ஜன்னல் வழியா கூப்பிட்டு விஷயத்தைச் சொன்னேன். ராதிகாக்கா பதில் ஒண்ணும் சொல்லாம, அவசர அவசரமா, ஒரு பேப்பர்ல ஏதோ எழுதித் தந்தாங்க. அத எடுத்துகிட்டுப் போய், ஊர் எல்லைல கூட்டாளிங்களோட நின்னுகிட்டிருந்த பாலண்ணனிடம் கொடுத்தேன்.

லைட் வெளிச்சத்தில் பிரித்துப் படிச்சாங்க. நானும் எட்டிப் பாத்தேன். அதுல "என்னை மறந்துவிடு" அப்படின்னு எழுதியிருந்துச்சு.

"மாப்ள... கை கழுவிட்டா மாப்ள..." என்றார் பாலண்ணன்.

அன்று ராத்திரி முழுதும் எனக்குத் தூக்கமே வரலை. எங்க...பாலண்ணன் சொன்ன மாதிரி குளத்துல விழுந்துடுவாரோன்னு பயம்.

ஆனா அப்படில்லாம் ஒண்ணும் நடக்கல. ஒரு வாரம் முழுக்க டாஸ்மாக் கடைலயே விழுந்து கிடந்தாரு. ஒரு வாரம் கழிச்சு, நல்லா குளிச்சு முழுகிட்டு, கோயிலுக்கு போய்ட்டு, ஃப்ரண்ட்ஸ் கூட தஞ்சாவூருக்கு மலையாளப் படம் பாக்கப் போயிட்டாரு. ஒரு மாசம் கழிச்சு ராதிகாக்காவுக்குக கல்யாணமாச்சு. நான் நினைச்ச மாதிரி, அக்கா சோகமால்லாம் இல்ல. சந்தோஷமா மாப்ளயோட கார்ல ஏறிப் போய்ட்டாங்க.

பாலண்ணனுக்கும் பெரிய சோகம்ல்லாம் ஒண்ணுமில்ல. கொஞ்ச நாளைக்கு பாக்கறவங்ககிட்டயெல்லாம், "டேய்... பொம்பளைய நம்பாதடா..."ன்னு சொல்லிகிட்டிருந்தாரு. கொஞ்சம் நாளைல எல்லாம் சரியாயி, பக்கத்து தெரு அனுராதா பின்னாடி சைக்கிள்ல போய் பெல்லடிச்சாரு. அவங்களுக்கும், ராதிகாக்கா மாதிரியே அப்படியே முகம் சிவந்துபோய்டுச்சு.

எனக்கு ஒரே கொழப்பமா இருந்துச்சு. ராதிகாக்கா ஏன் வீட்டுல சண்டை போட்டு, பாலண்ணனையே கல்யாணம் பண்ணிக்கல? பாலண்ணன் எப்படி இதையெல்லாம் மறந்துட்டு, அனுராதாக்கா பின்னாடி சுத்தறாரு? இப்படிதாங்க எனக்கு நிறைய விஷயம் புரியறதே இல்லைங்க.

– உயிரோசை இணைய இதழ்
– 2010

6 நீலாக்கா

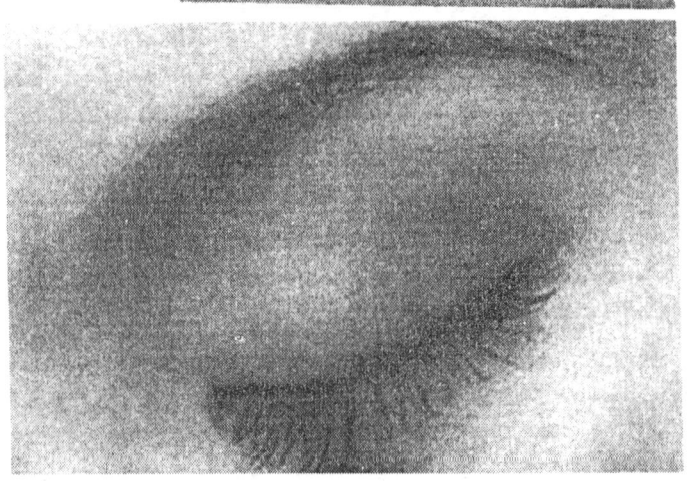

நீலாக்கா கல்லூரி. செல்வதற் காக வீட்டை விட்டு இறங்கும் போது, தினந்தோறும் எங்கள் ஊரில் பின்வரும் சம்பவங்கள் நிகழும்: எதிர்வீட்டு கம்பவுண்டர், மனைவி எங்கிருக்கிறாள் என்பதைக் கவ னித்துவிட்டு, தினத்தந்தியைக் கீழே இறக்கி, நீலாக்காவை ஒரு நோட்டம் விடுவார். கடைத் தெருவில் காய்கறி மூட்டைகளை இறக்கிக்கொண் டிருக்கும் இளம் தொழிலாளர்கள் மூட்டை எண்ணிக்கையைத் தவற விடுவார்கள். லைஃப் டைமை எக்ஸ்டன்ட் செய்வதற்காக, சற்று தாமதமாக வாக்கிங் செல்லும் சிறு பணக்காரர்களின் நடை வேகம் குறையும்.

இவ்வாறெல்லாம் அலைக்கழிக்கப்படாமல் இருந்தால், அவர்களுடைய ஆண்மையைக் குறித்தே சிறிது சந்தேகப்படவேண்டியிருக்கும். ஏனெனில், நீலாக்கா அவ்வளவு அழகாக இருப்பாள். இத்தனைக்கும் அவளுடைய சமவயதுப் பெண்கள் போல், பெரிதாக மேக்கப் எல்லாம் போட்டுக் கொண்டு வரமாட்டாள். முகத்தில் பவுடர் கூட போட்டுக் கொள்ளமாட்டாள்.

நீலாக்காவின் பக்கத்து வீட்டில் வசித்த எனக்கு, நீலாக்கா சிறு வயது முதலே நல்ல பழக்கம். நீலாவின் அம்மா ஒரு நாடக நடிகை. நாடக நடிகை என்றவுடன் பெரிதாகக் கற்பனை செய்துகொள்ளவேண்டாம். உள்ளூர் திருவிழா நாடகங்களில், “என்னங்க எனக்காக இல்லன்னாலும், இந்த புள்ளங்க முகத்துக்காச்சும் பாக்கக்கூடாதா?’ என்று சின்னவீடு வைத்துக்கொண்டிருக்கும் கணவனிடம் கதறும் நடிகை.

இடையில் சினிமாவில் வாய்ப்புத் தேடி, சென்னையில் முட்டி மோதிப் பார்த்தாள். கதாநாயகியை, தோழிகளுள் ஒருவராகத் தேவையில்லாமல் சிரித்தபடி முதலிரவு அறையில் தள்ளமுடிந்தது. பஸ் ஸ்டாப்பில் நிற்கும் பயணிகளில் ஒருவராக, கையில் கூடையைவைத்துக் கொண்டு நிற்க முடிந்தது. நாலு வருடங்களில் அவ்வளவுதான் முடிந்தது.

அவள் மீண்டும் எங்கள் ஊருக்கு வந்தபோது, கையில் குழந்தை. கூடவே ஒரு தோற்றுப்போன துணை நடிகன். பிறகு குழந்தையெல்லாம் சற்று வளர்ந்த பிறகு, மீண்டும் சென்னை சென்று, டிவி சீரியல்களில் நடிக்க முயற்சித்தாள். அதுவும் கதைக்காகாமல், மீண்டும் ஊருக்கே வந்தபோது நீலாக்காவுக்கு பத்து வயது. அப்போது முதல் எங்கள் பக்கத்து வீட்டில்தான் குடித்தனம். நடிகை குடும்பம் என்பதால் எங்கள் வீட்டில் அவர்களோடு பழக அனுமதிக்கமாட்டார்கள். அதையும் மீறி நீலாக்காவுடன் எனக்கு ஒரு நட்பு உருவாகிவிட்டது.

பிறகு வளர, வளர நீலாக்காவின் பிரத்யேக குணங்களால், எங்கள் வீட்டாருக்கும் அவளை மிகவும் பிடித்துப்போய் விட்டது. நீலா தனது சக இளம்பெண்கள் போல் இருக்கவில்லை. எதிரில் ஆண்களைக் கண்டால் குனிந்தபடி, கள்ளப்பார்வை

பார்க்கமாட்டாள். எதிரில் ஆண் கடக்கும்போது, தோழிகளுக்குள் குசுகுசுவென்று பேசிச் சிரிக்கமாட்டாள். கண்ணாடிக்கு முன் நீண்ட நேரம் நிற்கமாட்டாள். இன்னும் சொல்லப்போனால் அவளுக்கு ஏனோ தெரியவில்லை ஆண்கள் என்றால் சுத்தமாகப் பிடிக்காது. எங்கள் ஊர் பெண்கள் எல்லாம், சற்று வெளிப்படையாகவே ஜொள்ளு விடும் சந்துருவைக் கூட, ஓரக்கண்ணால் ஒதுக்கிவிட்டுச் சென்றுவிடுவாள். ஊரில் அவள் பேசும் ஒரே ஆண் நான்தான்.

நீலாக்கா, பக்கத்து டவுன் கல்லூரியில் பிகாம் படிக்கிறாள். தினமும் ரயிலில் சென்று வருவாள். நானும் அதே கல்லூரியில் முதலாமாண்டு சேர்ந்த பிறகு, அவள் செல்லும் பாசஞ்சரில் நானும் செல்ல ஆரம்பித்தேன். நீலாக்காவிற்காக ஸ்டேசனில் காத்துக்கொண்டிருக்கும் நண்பர்கள், நீலாக்காவைப் பார்த்தவுடன் என்னை அவளிடம் பேசச் சொல்வார்கள். பிறகு என்னிடம் பேசுவதுபோல், அப்படியே நீலாக்காவை சைட் அடித்துக்கொள்வார்கள்.

"போடா... போய் ஏதாச்சும் பேசுடா..."

'உங்களுக்கு வேற வேலை இல்ல. போங்கடா..."

"டேய் போடா.. அப்படியே எங்களையும் அறிமுகப்படுத்தி வையுடா. நீ மட்டுமே வண்டி ஓட்டலாம்னு பாக்கற பாத்தியா?"

"அசிங்கமா பேசாதடா...நான் அவளை அக்கான்னுதான் கூப்பிடுவேன்."

"டேய்... அக்காவா? அக்கா, அக்கான்னு சுத்தற பசங்களதான் நம்பவே கூடாது. மெட்ராஸ்ல அண்ணன்னா அன்னைக்கேவாம். அந்த மாதிரிதான் இதுவும்."

கும்பலாக நண்பர்கள் சிரித்தபோது நீலா கூப்பிட்டாள். "சுரேஷ்... இங்க வா..."

"என்னக்கா?"

"என் கூட வா..." என்றபடி வேகமாக நடந்து ரயிலில் ஏறினாள்.

'என்னக்கா?'' என்றபடி அவள் அருகில் அமர்ந்தேன்.

"அவங்ககிட்ட எல்லாம் அதிகமா பேச்சு வச்சுக்காதே. என்னைப் பத்திதான பேசிட்டிருந்தானுங்க."

"இல்லக்கா..."

"பொய் சொல்லாத. அதுல ஒருத்தன் கூட உருப்படி கிடையாது. இவனுங்கள கும்பலா அலங்கார் டாக்கீஸ் வாசல்ல பாத்தேன். ஏதோ காலைக் காட்சி மலையாளப் படம்."

அந்த கும்பலில் நானும் இருந்தேன். அக்கா கவனிக்கவில்லை போல.

"இந்த வயசுல அதெல்லாம் சகஜம்தான்க்கா..."

"என்ன சகஜம்... உங்களுக்கெல்லாம் பொம்பளன்னா வெறும் உடம்பு... அவ்வளவுதான். எவ கிடைப்பான்னு, எப்பவும் நாக்கைத் தொங்கப்போட்டுகிட்டு அலையறது... கிடைக்காதப்ப இந்த மாதிரி தியேட்டருக்குப் போய் ஒரு வடிகால்..."

"அப்படில்லாம் சொல்லாதக்கா. என் ஃப்ரண்ட்ஸ்ல்லாம் நல்ல டைப்.'

"சொல்லாத. அத்தனை ஆம்பளையும், பொம்பள பொறுக்கிங்க. ஏதோ... நீதான் கொஞ்சம் பரவால்லாமத் தெரியுது. அதுவும், என்கிட்ட பழகறப்பதான் ஒழுங்கா இருக்கன்னு தெரியும். இருந்தாலும், சின்ன வயசுலருந்து தெரியும்ங்கிறதால பழகிட்டிருக்கேன்."

அந்த முக்கால் மணி நேர ரயில் பயணத்தில் நீலாக்காவைக் கவர்வதற்காக, ஆளாளுக்கு ஆயிரம் சாகசம் செய்து காட்டுவார்கள்.

மூர்த்தி, அவள் பிறந்த நாளன்று கோயிலுக்கு சென்று அர்ச்சனையெல்லாம் செய்துவிட்டு வந்து, "நீலா... ஒன் பேருக்கு அர்ச்சனை பண்ணிட்டு வந்தேன். சதய நட்சத்திரம்தானே நீ... ராஜராஜ சோழன் நட்சத்திரம். பெரிய ஆளா வருவ நீ..." என்று குங்குமத்தை நீட்டுவான். அப்படியே பேப்பரோடு வாங்கி, வெளியே தூக்கிப் போடுவாள். கணேஷ் உண்மையிலேயே அற்புதமான குரலில், "கண் பேசும்

வார்த்தைகள் புரிவதில்லை" என்று உருக, உருகப் பாடுவான். மொத்த கம்பார்ட்மெண்ட்டும் அமைதியாக அவன் பாட்டைக் கவனிக்கும். அவள் கண்டுகொள்ளாமல் பிஸினஸ் மேத்தமேடிக்ஸ் புத்தகத்தைப் புரட்டிக்கொண்டிருப்பாள்.

யாரேனும் அவளுடன் பேச முற்பட்டாலே சீறி விழுவாள். தெரியாத்தனமாக கை ஏதும் பட்டுவிட்டாலோ ருத்ர தாண்டவம் ஆடிவிடுவாள். ரயிலில் ஏறும்போது, மிகவும் கவனமாக ஆண்கள் மேல் படாமல்தான் ஏறுவாள். இறங்கும்போது, ஆண்கள் எல்லாம் இறங்கிய பிறகுதான் இறங்குவாள். ஒரு முறை ஒரு நடுத்தர வயதுக்காரர், மேலேயிருந்து பேக்கை எடுக்கும்போது தெரியாமல் நீலாக்காவின் காலில் இடித்துவிட்டார். அவ்வளவுதான்.

"பொறுக்கி நாயே... கால்ல உரசிப் பாக்குறியா? இந்தா நல்லா உரசு..." என்று செருப்பை அவிழ்த்துக் காலை நீட்டிக் காண்பித்தாள்.

"என்னம்மா நீ... ஏதோ தெரியாம கால் பட்டதுக்கு..."

"தெரியாம படும். ஏன்? இவன் மேல தெரியாம கால் படறது..." என்று அருகிலிருந்த என்னைக் காட்டினாள்.

"என்னம்மா நீ... உன் சீட்டுக்கு மேலதான்ம்மா பேக் இருந்துச்சு."

"அக்கா... தெரியாம பட்டுருக்கும். விடுக்கா..."

"உனக்குத் தெரியாது சுரேஷ். கால் பட்டா சும்மா இருக்குதான்னு பாப்பானுங்க. அப்புறம் கொலுசு வரைக்கும் ஏறுவானுங்க..."

"இங்க பாரும்மா நீ ரொம்ப ஓவராப் பேசுற..."

"யாருடா ஓவராப் பேசறா?" என்று அக்கா இருக்கையிலிருந்து வேகமாக எழுந்தாள். நல்லவேளையாக அப்போது ரயில் நிற்க... அவர் பேக்கை எடுத்துக்கொண்டு, கீழே இறங்கிவிட்டார்.

"அக்கா... ரொம்ப ஓவராத்தான் பண்ற..."

"உனக்கு ஆம்பளைங்களப் பத்தி தெரியாது சுரேஷ். கம்முன்னு இரு..."

"நானும் ஆம்பளைதான்க்கா."

"ரொம்ப புத்திசாலித்தனமாப் பேசறதா நினைச்சுக்காத. இந்த மாதிரி ஆளுங்களக் கண்டாலே வெறுப்பா இருக்குது. இவனுங்கள எல்லாம் வெட்டிப் போடணும்..." என்று கூறியபோது அவள் கண்களில் ஒரு தகிப்பு.

சிறுவயதில் எதனாலோ பாதிக்கப்பட்டிருக்கிறாள் போல.

"சில பேரு அப்படி இருக்கலாம். அதுக்குன்னு எல்லாத்தையும் அப்படி நினைக்க முடியுமா? ஏதோ ஒரு பஸ்சு ஆக்ஸிடென்ட் ஆவுதுன்னு, யாரும் பஸ்ல போகாம இருக்கறதுல்ல..." என்று நான் கூறியதற்கு அவள் ஒன்றும் பதில் சொல்லவில்லை.

ஆனாலும் நீலாக்கா மாறவேயில்லை. அவள் பிகாம் இறுதியாண்டு முடிக்கும் வரையில், அப்படியேதான் இருந்தாள். சாலையில் பைக் ஓட்டுபவன், சறுக்கிவிட்டு அவள் மேல் விழுந்தால் கூட, ரோட்டிலேயே பேய் ஆட்டம் போடுவாள்.

ஒருமுறை ட்ரெய்னில், கொய்யாப் பழம் விற்பவனிடம் பழம் வாங்கியபோது அவன் கை பட்டுவிட்டது. அதற்காக கத்தித் தீர்த்ததுடன் அடங்காது, அவன் பழக்கூடையையே எட்டி உதைக்க... பழங்கள் கம்பார்ட்மென்ட் எங்கும் சிதறியது.

அந்த சம்பவத்திற்கு பிறகு நான் அவளிடம் பழகுவதையே குறைத்துக்கொண்டேன். வேறு கம்பார்ட்மென்டில் வரத் தொடங்கினேன். அப்போதுதான், என் வாழ்க்கையிலேயே மறக்கமுடியாத அந்த சம்பவம் நிகழ்ந்தது.

என்னுடன் படிக்கும் திலீப், கேரக்டரில் கிட்டத்தட்ட நீலாதான். இவனும், பெண்களை ஒரு பொருட்டாகவே கருதமாட்டான். நாங்கள் எல்லாம் ஊர்ப் பெண்கள் பற்றிப் பேசிக்கொண்டிருக்கும்போது, அவன் ட்ரெயினில் பாடிக்கொண்டு வரும் குருட்டுப் பிச்சைக்காரனை, படமாக வரைந்துகொண்டிருப்பான். நடிகை ஷகிலா, காலை காட்சிகளில் தமிழ்நாட்டையே கலங்கடித்துக்கொண்டிருந்த காலத்தில், "ஷகிலான்னா யாரு?" என்று கேட்டு சகலரையும் அதிர்ச்சியில் ஆழ்த்தினான்.

யாரிடமும் அதிகம் பேச்சு வைத்துக்கொள்ளமாட்டான். இருப்பதிலேயே அவன் அதிகமாகப் பேசும் என்னிடம் கூட, "கொஞ்சம் நகர்ந்து உட்காரு...", "நம்மூர் வந்தவுடனே எழுப்பிவிடு" என்பது போன்ற விஷயங்களையே பேசுவான். மற்ற நேரங்களில் படம் வரைந்துகொண்டிருப்பான். பெண்கள் எதிரே வந்தால், இவன் பெண் பிள்ளைப் போல் தலையைக் குனிந்து கொள்வான். ஊரில் வயதுக்கு வந்த பெண்களைத் தனியாக விட்டுவிட்டுச் செல்லும்போது, நம்பி அவனைத்தான் திண்ணையில் படுத்துக்கொள்ளச் சொல்லிவிட்டுச் செல்வார்கள்.

யாரை வேண்டுமானாலும் சந்தேகப்படலாம். ஆனால் திலீப்பை சந்தேகப்பட்டால், ஊரே நம்பாது. ஆனால் நீலாக்காவின் சந்தேகம் திலீப்பையும் விடவில்லை.

மறக்கவே முடியாத அந்த வெள்ளிக்கிழமை. செமஸ்டர் பரீட்சை முடிந்து, அனைவரும் உற்சாகத்துடன் ஊர் திரும்பியிருந்தோம். ஸ்டேசனை விட்டு வெளியே வந்து, படிக்கட்டுகளில் இறங்கிக்கொண்டிருந்தோம்.

நானும், திலீப்பும் சேர்ந்தாற்போல் வந்துகொண் டிருந்தோம். எங்களுக்கு முன்னால் நீலாக்கா, தனியாக சென்றுகொண் டிருந்தாள். திடீரென்று நீலாக்காவின் செருப்பு வேகமாகத் தடுக்கிவிட, நீலாக்கா தடுமாறி, குப்புற விழப் பார்த்தாள். விழுந்தால் ஏறத்தாழ 40 படிகள். பதட்டத்தில், நீலாக்காவைப் பற்றி நன்கு அறிந்த நானே அவள் தோளைப் பிடிக்க முயற்சித்தேன். அதற்குள் திலீப், என்னை விட வேகமாக அவள் இரண்டு தோள்களையும் பிடித்தான். அப்போது நீலா பின்னோக்கி அவன் மேலேயே சரிந்து விழவும், திலீப்புடைய இரண்டு கைகளும் அவள் மார்புகளில் அழுத்தமாகப் படவும் மிகச்சரியாக இருந்தது. இருவருமே படிக்கட்டுகளில் சரிந்தாற்போல் அமர்ந்தனர்.

நீலா திரும்பித் துளியும் யோசிக்காமல், திலீப்பின் கன்னத்தில் ஓங்கி ஒரு அறை விட... நான் கலங்கிப் போனேன். எங்களைச் சுற்றிப் பெரிய கும்பல் கூடிவிட்டது.

"பொறுக்கி நாயே... ஏங்கடா இப்படி அலையுறீங்க?" என்று நீலாக்கா கண்ணீருடன் அவன் சட்டையைப் பிடித்தாள்.

"நீங்க கீழே விழுந்துடுவீங்களோன்னு அவசரத்துல புடிச்சன்ங்க..." என்றான் திலீப் பதட்டத்துடன்.

"நான் விழுந்தா, விழுந்துட்டுப் போறேன். உனக்கு என்னடா வந்தது? புடிக்கணும்னா தோள புடிக்கறது... இல்ல கையைப் புடிக்கறது வேற இடமே கிடைக்கலையா உனக்கு?" என்றபடி அவள் மீண்டும் திலீப்பின் கன்னத்தில் அறைந்தாள். நான், "அக்கா..."என்று அவள் கையைப் பிடிக்க, எனது கன்னத்திலும் அறை விழுந்தது.

"பொறுக்கி நாயே... உன்னல்லாம் போலீஸ் ஸ்டேசன்ல தள்ளினாத்தான் திருந்துவீங்க... வாடா போலீஸ் ஸ்டேசனுக்கு..." என்று அவன் கழுத்தை நெட்டித் தள்ளினாள்.

"அக்கா.. திலீப்பை பத்தி உனக்குத் தெரியாதா? வேறு யாரையாச்சும் சொன்னாச்சும் நம்பலாம்..."

"உனக்குத் தெரியாது சுரேஷூ... இந்த மாதிரி அமுக்குணிப் பசங்களதான் நம்பக்கூடாது. அதுவும் எங்க புடிச்சான் தெரியுமா?" என்றபடி நீலா அவன் கழுத்தைத் தள்ளிக் கொண்டு செல்ல... ஒரு பெரும் கூட்டமே அவள் பின்னே சென்றது.

ஏற்கனவே அதிர்ச்சியிலிருந்த நான் மேலும் அதிரும்படியாக தொடர்ந்து சம்பவங்கள் நிகழ்ந்தன. அப்போது யதார்த்தமாக ரயில்வே ஸ்டேசனுக்கு வந்த போலீஸ் இன்ஸ்பெக்டர் என்ன என்று விசாரித்தார். அந்த இன்ஸ்பெக்டரின் முரட்டுத் தனத்திற்கு ஊரே நடுங்கும். கேட்ட வினாடியே, "இதுக்குன்னே அலையறானுங்க." என்று திலீப் பின் வயிற்றில் ஓங்கி குத்த... அவன் "அம்மா..." என்று சுருண்டு அமர்ந்தான்.

அவனை எழுப்பி, "பொறுக்கித்தனம் பண்றதுக்குன்னு, நீட்டா ட்ரெஸ் போட்டுகிட்டு வந்துடுறானுங்க. கழட்டுரா சட்டைய..." என்றார்.

"சார்... என்ன நடந்ததுன்னு கேளுங்க சார்." என்று திலீப் அழுகையுடன கூற, "முதல்ல சட்டையக் கழட்டுடா... என்று

திலீப்பின் சட்டையையும், பனியனையும் கழட்டினார். வெற்று உடம்புடனிருந்த திலீப்பின் கைகளைப் பின்பக்கமாக வளைத்து, சட்டையால் கட்டினார். தெருவில் அவ்வப்போது அவன் முதுகில் அடித்துக் கொண்டே செல்ல... வழியெங்கும் மக்கள் கூட்டம். திலீப், "சுரேஷு... நீ சொல்லுடா..." என்று கதற... நான், "சார்... வேண்டாம் சார்... அக்கா விடச் சொல்லுக்கா... ப்ளீஸ்க்கா..." என்று கத்தியதை நீலா காதில் வாங்கிக் கொள்ளவேயில்லை.

"சார்... விட்டுருங்க சார்... ப்ளீஸ் சார்..." என்று நான் இன்ஸ்பெக்டரை மறிக்க, இன்ஸ்பெக்டர் என்னை அடித்து ஓரமாகத் தள்ளினார்.

நான் வேகமாக திலீப் வீட்டை நோக்கி ஓடினேன்.

அன்று இரவு திலீப்பை போலீஸ் விட்டபோது, மணி இரண்டு. அவன் நல்ல குணம் தெரிந்த கவுன்சிலர் மற்றும் அட்வகேட் ஒருவர் இன்ஸ்பெக்டரிடம் நீண்ட நேரம் வாதாடிய பிறகே இன்ஸ்பெக்டர் அவனை வெளியே விட்டார்.

மறுநாள் காலை, நன்கு அசந்து தூங்கிகொண் டிருந்தேன். "டேய்... அந்த திலீப்பு பய தூக்குல தொங்கிட்டானாம்..." என்று அம்மா உலுக்கி எழுப்ப, வாரி சுருட்டிக் கொண்டு எழுந்தேன்.

"என்னம்மா சொல்ற?"

"ஆமான்டா.. தெருவுல எல்லோரும் ஓடிட்டிருக் காங்க..." என்று அம்மா கூற, நான் லுங்கியை இழுத்துக் கட்டியபடி, சட்டைக் கூடப் போடாமல் திடுதிடுவென்று ஓடினேன்.

திலீப்பின் வீட்டு வாசலில் இருந்த கும்பலை விலக்கிக்கொண்டு, உள்ளே நுழைந்த நான் உறைந்துபோனேன். அவன் அறையிலிருந்த ஃபேனில், புடவையில் தூக்கு மாட்டி தொங்கிக்கொண்டிருந்தான் திலீப். "திலீப்பு..." என்று வெறிபிடித்தாற் போல் கத்தினேன்.

அந்த அதிர்ச்சியிலிருந்து நான் மீண்டு வர, நீண்ட நாட்களானது. திலீப்பின் மரணத்தைத் தொடர்ந்து, நீலாவின்

குடும்பம் கிட்டத்தட்ட ஊரில் ஒதுக்கப் பட்டவர்கள் போலானார்கள். ஊரில் யாரும் அவர்களுடன், பேச்சு வார்த்தை வைத்துக்கொள்வதில்லை. இரண்டு மாதங்களில், நீலாக்கா கல்லூரிப் படிப்பை முடிக்க... குடும்பத்தோடு சென்னை சென்றுவிட்டார்கள். நீலாக்காவையும் சினிமாவில் நடிக்க வைக்க, நீலாவின் அம்மா முயற்சிப்பதாகக் கேள்விப்பட்டோம். மேற்கொண்டு விபரங்கள் தெரியவில்லை.

அதன் பிறகு நீலாக்காவை நான் நான்கு வருடங்கள் கழித்துதான் பார்த்தேன். நேரில் அல்ல. ஒரு டிவிடியில்... ஒரே சமயத்தில், இரண்டு ஆண்களுடன், முழு நிர்வாணமாக.

– உயிரோசை இணைய இதழ்
– 2010

7

பெருமழைக்காலம்

> பறிக்க முடியாத
> பட்டுப்பூச்சியை மறக்க,
> பறக்கமுடியாத பூக்களை
> வெடுக்கென்று கிள்ளி
> வீசின விரல்கள்.
>
> – கல்யாண்ஜி

பூக்களைப் பறிக்கும் போதெல்லாம், கல்யாண்ஜியின் இந்தக் கவிதையும், ஞாபகத்திற்கு வருவதைத் தவிர்க்க முடிவதில்லை. சற்றுமுன் பறித்திருந்த, இளம் மஞ்சள் நிறப் பூவைக் கையில் வைத்தபடி யோசித்துக் கொண்டிருந்தேன்.

"மழை வர்ற மாதிரி இருக்கு. சீக்கிரம் வாங்கம்மா..." என்று

முன்னால் சென்றுகொண்டிருந்த கவுன்சிலர் குரல் கொடுக்க, "இதோ வர்றேன்..." என்று குரல் கொடுத்தபடி, வேகமாக நடக்க ஆரம்பித்தேன்.

உயர்ந்து, விரிந்திருந்த மலையைப் பார்க்க... பார்க்க... மலைப்பாக இருந்தது. இந்த மலைப்பாதையில், இன்னும் ஆறு கிலோமீட்டர் ஏறிச் செல்லவேண்டும்.

மேலே ஏறிக்கொண்டிருந்த பாறைத்தடத்தின் இருபக்கமும் அடர்த்தியாக வளர்ந்திருந்த பலாமரங்கள், கொய்யாமரங்கள், சீதா மரங்கள்... கீச்கீச்சென்று கேட்கும், பெயர் தெரியாத பறவைகளின் சத்தம்... எல்லாம் சேர்ந்து, என்னை வேறு ஒரு உலகத்திற்கு இட்டுச் சென்றது.

நான் டாக்டர். மூன்று நாள் மருத்துவ முகாமை முன்னிட்டு, அந்த மலை கிராமத்திற்குச் செல்கிறேன். மலைகிராமத்திற்குச் செல்லவேண்டுமென்றால், ஆண் டாக்டர்களே டிமிக்கி கொடுத்துவிடுவார்கள். கடினமான மலைப்பாதையில், ஏழெட்டு கிலோமீட்டர் ஏறிச்செல்லவேண்டும். தங்குவதற்கு சரியான வசதிகள் கிடையாது... என்று எல்லோரும் தயங்குவார்கள்.

திடீரென்று, தலைமை அலுவலகத்திலிருந்து, என்னைப் போகச் சொல்லி ஆர்டர் வந்ததால், இந்தப் பகுதிக்கு சம்பந்தமேயில்லாத, வெகுதூர ஊரிலிருந்து வேறு வழியின்றி வந்திருக்கிறேன். இருப்பினும் ஒரு சந்தோஷம். அலுப்பூட்டும் தினசரி வாழ்க்கையிலிருந்து ஒரு சின்ன விடுதலை.

வானம் இருட்டியிருந்தது. எந்நேரத்திலும் மழை பெய்ய ஆரம்பிக்கலாம். மெலிதாகக் குளிர்காற்று வீசிக்கொண்டிருந்தது. ஏறி, இடது பக்கம் திரும்பினேன். முகாமுக்கு ஏற்பாடு செய்திருந்த கவுன்சிலர், எனக்காக நின்றுகொண்டிருந்தார். அவரைப் பார்த்தவுடன் நின்று, மூச்சு வாங்கினேன்.

"என்னம்மா... கஷ்டமா இருக்கா?"

"கொஞ்சம் கஷ்டமா இருக்கு. இதானே முதல் தடவை..."

"பக்கத்து ஊரு டாக்டருங்கள்லாம், இப்ப வர்றேன்... அப்ப வர்றேன்னு டபாய்ச்சுகிட்டேயிருந்தாங்க... நீங்கதான், கடவுள் மாதிரி வந்துருக்கீங்க."

"கடவுள்ங்கிறது ரொம்ப பெரிய வார்த்தை."

"இந்த வருஷம், மழைக்காலம் ஆரம்பிச்சதுலேருந்து, எல்லாத்துக்கும் காய்ச்சல்.... சளி... ஒவ்வொருத்தரையும், கீழ, ஆஸ்பத்திரிக்கு அழைச்சுட்டு வர்றதுக்குள்ள உயிர் போயிடுது."

"எப்படி அழைச்சுட்டு வருவீங்க?"

"மூங்கில் குச்சில, போர்வையால, பாடை மாதிரி கட்டி, தூக்கிட்டு வருவோம்."

"கஷ்டம்தான்."

"ரொம்ப கஷ்டம் தாயி... போலாமா?"

"ம்..." என்றபடி மீண்டும் நடக்க ஆரம்பித்தேன்.

சற்று தூரம் சென்றவுடனேயே, மழை தூற ஆரம்பித்தது. சில வினாடிகளிலேயே மழை வலுக்க ஆரம்பிக்க, "வாங்கம்மா... அங்க போயிடலாம்" என்று சற்றுத் தொலைவிலிருந்த பெரிய பலாமரத்தைக் காட்டினார் கவுன்சிலர். அங்கு ஏற்கனவே ஒருவன் நின்றுகொண்டிருந்தான். வேகமாக ஏறிய, கவுன்சிலரைக் கஷ்டப்பட்டுப் பின்தொடர்ந்தேன்.

புடவை முந்தானையால் தலையைப் போர்த்தியபடி, பலாமரத்தை நோக்கி ஓடினேன். மரத்தடியை அடைந்தவுடன், முகத்தைத் துடைத்துக்கொண்டேன். எனக்கு முன் நின்றுகொண்டிருந்தவன், கீழே குனிந்து ஷூ லேஸை, கட்டிக்கொணடிருந்தான்.

"யாரு வந்துருக்காங்க கவுன்சிலர்?"என்று கேட்டபடி, நிமிர்ந்தவனைப் பார்த்த நான் அதிர்ந்துபோனேன். அது........ நந்தகுமார். "கடவுளே..." என்று மனதிற்குள் கூவினேன். ஒரு காலத்தில், என் மனதை மழையாய் நனைத்துவிட்டு, நகர்ந்துபோனவன்.

இதுவே பழைய தமிழ் சினிமாவாய் இருந்திருந்தால், மேலே பறந்துகொண்டிருக்கும் பறவைகள், அப்படியே நின்றிருக்கும். பாறை மீது அலைகள், ஆவேசமாக மோதியிருக்கும். ரவுண்ட் ட்ராலி போட்டு, கேமிராவால் மலையை வேக, வேகமாக சுற்ற விட்டிருப்பார்கள்.

ஆனால் இது நிஜம். எந்த உணர்வையும், வெளியில் காட்டிக்கொள்ள முடியாத நிஜம். எனவே எங்களால், உறைந்துபோய் நிற்பதைத் தவிர வேறொன்றும் செய்ய இயலவில்லை. நந்தாதான் முதலில் சற்று சமாளித்துக் கொண்டு, "நீ... இங்க..." என்று இழுத்தான். கழுத்து வரை எழும்பி வந்த துக்கத்தை, உதட்டில் வழிந்த மழைநீரை அருந்தி அடக்கினேன்.

"வாத்தியாருக்கு, டாக்டரம்மாவத் தெரியுமா?" என்று கவுன்சிலர் கேட்க, சில வினாடிகள் மௌனமாக இருந்த நந்தா, "ம்... தெரியும். ரெண்டு பேரும், சின்ன வயசுல ஒரே ஊர்லதான் இருந்தோம்" என்று கூறினான்.

"சரியாப் போச்சு போங்க. அப்ப டாக்டரம்மாவுக்கு, பேச்சுத் துணைக்கு ஆள் கிடைச்சுடுச்சு. அம்மா... சார்தான் இங்க வாத்தியாரு. எல்லா கிளாஸுக்கும், ஒரே வாத்தியார்தான். இவருக்கு முன்னாடி இருந்த வாத்தியாருங்க எல்லாம், பேருக்கு, வாரத்துக்கு ஒரு நாள்தான் வந்துட்டுப் போவாங்க. இவரு வந்துதான், தினம் பள்ளிக்கூடம் திறந்திருக்கு."

"இங்கதான் ஓர்க் பண்றியா நந்தா?"

"ம்... இங்க... மேல ஒரு ஸ்கூல் இருக்கு."

"ஃபேமிலில்லாம்..." என்று இழுத்தேன்.

"சென்னைல இருக்காங்க. வாரா, வாரம் சனி, ஞாயிறு மட்டும் போய்ட்டு வருவேன்."

மரத்துக்கு வெளியே கை நீட்டிப் பார்த்த கவுன்சிலர், "லேசா மழை விட்டிருக்கு. நான் வேணும்னா, முன்னாடி போறேன். நீங்க டாக்டர அழைச்சுட்டு வந்துடுறீங்களா?" என்றார் கவுன்சிலர். "சரி... நீங்க போங்க." என்று அனுப்பி வைத்த நந்தாவின் முகத்தில் நாற்பது வயதின் அறிகுறிகள் தென்பட்டன. தலையில் விட்டு விட்டு, நரை முடிகள். லேசான தொப்பை.

ஒன்றும் பேசத் தோன்றாமல், சுற்றிலும் பார்த்தேன். கொய்யாப் பழங்கள் சீந்துவாரின்றி, மண்தரையில் சிதறிக் கிடந்தன. பின்னணி இசையைப் போல், எங்கிருந்தோ அருவி

சத்தம் மெலிதாகக் கேட்டது. சில நிமிடங்கள் நீடித்த மௌனத்துக்குப் பிறகு, "போலாமா?" என்று நந்தா கேட்க, நான் அவன் முகத்தைப் பார்த்தபடியே தலையாட்டினேன்.

இருவரும் ஒன்றும் பேசாமல் நடந்தோம். மனசுக்குள், ஆயிரமாயிரம் எண்ணங்கள், அலை புரண்டு ஓடின. ஜாதி, அந்தஸ்து வித்தியாசத்தாலும், எனது மனஉறுதி இன்மையாலும் முறிந்து போன காதல் அது.. எனது வீட்டார் எதிர்த்தபோது, மௌனமாக நான் விலகிக் கொண்ட காதல் அது. அந்தக் குற்ற உணர்வு, திருமணமாகி, இத்தனை நாளாகியும், இன்னும் இருக்கிறது.

வலது பக்கம் திரும்பி மேடேறும்போது, எனது கால்கள் லேசாக வழுக்க... "பாத்து..." என்று கை நீட்டினான் நந்தா. நந்தாவின் கைவிரலில், காதலித்த காலத்தில், நான் அவனுக்குப் பரிசாக அளித்த பச்சைக்கல் மோதிரம். அடக்கிவைத்திருந்த துயரம், மீண்டும் மேலெழும்பியது. நந்தாவின் கையைப் பற்றிக்கொண்டு, மேலே ஏற முயற்சித்தேன். அருகில் தெரிந்த நந்தாவின் முகத்தைப் பார்த்தவுடன், என்னை அறியாமல், என் கண்களிலிருந்து கண்ணீர் வழிந்தது. நந்தாவின் கையை இறுகப் பற்றி அழுத்தினேன். எனக்கு ஆறுதல் அளிப்பது போல், நந்தாவும், எனது கைவிரல்களை இறுக்கமாக அழுத்தினான்.

இப்போது மழை நின்று, சிலுசிலுவென்று காற்றடிக்க... மரக்கிளைகளிலிருந்து நீர்த்துளிகள் சிதறி விழுந்தன. குளிருக்கு இதமாக, புடைவை முந்தானையை தோளைச் சுற்றிப் போர்த்தியபடி, "உன் ஒய்ஃப் பேரு... ம்... மாலதிதானே..." என்றேன்.

"ம்... எப்படி தெரியும்?"

"நீ எனக்கு இன்விடேஷன் அனுப்பியிருந்த..."

"ஆமாமாம். உனக்கும் பத்திரிகை அனுப்பியிருந்தேன். அம்மாப்பால்லாம் எப்படி இருக்காங்க?"

"அப்பா இறந்துட்டாரு. சாகப் போறப்ப, என்கிட்ட ஒருநாள் கேட்டாரு. நந்தாவைப் பிரிச்ச கோபம், இப்பவும் இருக்கான்னாரு. ஏன்ம்ப்பான்னு கேட்டேன். என்னவோ

மனசை உறுத்துது. நல்ல பையன்தான் இல்ல... ப்ச்... வேற ஜாதிக்காரப் பயலாப் போயிட்டான். இப்ப சாகக் கிடக்கறப்ப, யோசிச்சுப் பாத்தா... ஜாதி, அந்தஸ்து, பணம்... இதுக்கெல்லாம் அர்த்தமில்லாதது மாதிரி தோணுது. வறட்டு கௌரவம் பாக்காம, உன் விருப்பத்தை நிறைவேத்தியிருக்கலாமோன்னு தோணுதுன்னாரு. ம்ஹ்ம்... என்ன பிரயோஜனம்?" என்று நாங்கள் தொடர்ந்து பேசிக்கொண்டே வந்ததில், நடைப்பயண அலுப்பு தெரியவே இல்லை.

ஊரை நெருங்கியபோது, எனக்குப் பயங்கரமாக மூச்சிறைத்தது. அடுக்கடுக்கான வரிசைகளில் வயல் வெளிகளும், குடிசைகளும் தெரிந்தன. குடிசை வீடுகளிலிருந்து, எஃப்எம்மில் பாட்டுச் சத்தம் கேட்டது. கழுத்தில் மணியைக் கட்டிக்கொண்டு, சத்தம் எழுப்பியபடி திரிந்துகொண்டிருந்தன மாடுகள்.

"சாப்பாடு... தங்குற இடமெல்லாம் எப்படி?" என்றேன் மூச்சு வாங்கியபடி.

"நான் வேலை செய்யற பள்ளிக்கூடமே, உண்டுறை பள்ளிதான். சமையல்காரர் ஒருத்தர் இருக்காரு. பசங்களுக்கு மூணு வேளையும், இங்கதான் சாப்பாடு. ராத்திரி சாப்பாட மட்டும், சாயங்காலம் ஸ்கூல் விட்டுப் போறப்பவே, சாப்பிட்டுட்டுப் போயிடுவாங்க. நான் பஞ்சாயத்து யூனியன் ஆபிஸ்லயே தங்கிக்குவேன். உனக்கும் அனேகமா, அங்கதான் ஏற்பாடு செஞ்சிருப்பாங்க. அங்க ரெண்டு ரூமு இருக்கு."

அங்கங்கே மனிதர்கள் தென்பட ஆரம்பித்தார்கள். நான் எதிர்பார்த்தது போல் இல்லாமல், சில பெண்கள் நைட்டி கூட அணிந்திருந்தனர். சிலர் நந்தாவைக் கண்டவுடன், வணக்கம் கூறினார்கள்.

நாங்கள் சரிவுகளில் ஏறி, பள்ளிக்கட்டடத்தை நெருங்கினோம். ஓட்டுக்கட்டடம். வாசலில், 'பழங்குடியினர் உண்டுறைப் பள்ளி' என்று போர்டு மாட்டியிருந்தது.

"உனக்கு கேம்ப்பு இங்கதான்" என்றாள நந்தா.

வாசலில் இவர்களுக்காகக் காத்திருந்த கவுன்சிலர், "வாங்கம்மா... இங்க டீக்கடையெல்லாம் கிடையாது. எங்க

வீட்டுலயிருந்து, வரக்காபி எடுத்துட்டு வரச் சொல்லியிருக்கேன். சாப்பாடும், நம்ம வீட்டுலயிருந்து வந்துடும். நீங்க இருங்க. நான் போய் ஜனங்கள வரச்சொல்றேன்'' என்று ஒரு அறைக்கதவைத் திறந்துவிட்டார். மற்றொரு அறையிலிருந்து மாணவர்கள் சத்தம் கேட்டது. நான் எட்டிப் பார்த்தேன். உள்ளே ஏறத்தாழ 50 மாணவர்கள் இருப்பார்கள்.

"மத்த கிளாஸெல்லாம் எங்க?"

"ம்ஹ்ம்..." என்று சிரித்த நந்தா, அங்கேயே பத்து, பத்தாக பிரிந்து உட்கார்ந்திருந்த மாணவர்களைக் காட்டி, "எல்லாக் கிளாஸூம் இங்கதான். இது ஒண்ணாவது... அது ரெண்டாவது. இது அஞ்சாவது..."

"எல்லாத்துக்கும், எப்படிப் பாடம் நடத்துவ?"

"ஆளுக்கு கொஞ்ச நேரம். ஸ்டாண்டர்ட்... புவர்தான். நான் வந்து, கொஞ்சம் பரவாயில்லை. எக்ஸாம்ல்லாம் புக்க பாத்துதான், எழுத வைக்கணும். அப்படியும், நிறையப்பேரு ஃபெயிலாயிடுவாங்க.... ஆச்சரியமா இருக்குல்ல? தரைநிலத்தோட விதிகள் இங்க பொருந்தாது."

''என்னால நம்பவே முடியல நந்தா. இவ்வளவு பின்தங்கியிருக்கா இந்தப் பகுதியெல்லாம்...''

"61 வருஷ சுதந்திர இந்தியா, கொஞ்சம் வசதியான நடுத்தரவர்க்கத்தை உருவாக்கியிருக்கே தவிர, மத்தவங்கள்லாம் முன்னேறவே இல்ல. இத்தனை வருஷம் கழிச்சு, இப்பதான் இங்க சோலார் பவர் கொடுத்திருக்காங்க. அதுல வீட்டுக்கு ஒரு லைட் எரிச்சுக்கலாம். அவ்வளவுதான். டிவில்லாம் பாக்க முடியாது. பஞ்சாயத்து யூனியன் ஆபிஸ்ல டிவி இருக்கு. இன்னும் நிறைய விஷயம் இருக்கு. மூணு நாள்ல நீயே தெரிஞ்சுப்ப. ஜனங்கள்லாம் வர ஆரம்பிச்சுட்டாங்க. நீ போய் உன் மருத்துவ சேவையை ஆரம்பிக்கலாம்."

இரவு மணி பத்துக்கு மேல் இருக்கும். பஞ்சாயத்து யூனியன் அலுவலகத்திலிருந்த அந்த அறையில், பெஞ்சில் கம்பளி விரித்துப் படுத்திருந்தேன். நல்ல குளிர். தூக்கம் வரவில்லை. நோயாளிகளைப் பார்த்துக்கொண்டிருந்தவரைக்கும், நந்தாவின்

ஞாபகம் பெரிதாக வரவில்லை. அதன் பிறகு, மனசு முழுவதும் நந்தாதான். மாலை, பஞ்சாயத்து ஆபிஸுக்கு வந்ததிலிருந்து, நந்தாவிடம் தனியாகப் பேசத் துடித்துக்கொண்டிருந்தேன். முடியவில்லை. இரவு 9 மணி வரையிலும், அவனிருந்த அறையில், மக்கள் டிவி பார்த்துக்கொண்டிருந்தார்கள். நான் மட்டும் கவுன்சிலர் வீட்டிற்குச் சென்று, சாப்பிட்டுவிட்டு வந்தேன். வந்தபோது நந்தாவின் அறை சாத்தியிருந்தது.

ஒரு காலத்தில், அவனிடம் ஆயிரம் வாக்குறுதிகள் அளித்துவிட்டு, காற்றில் பறக்கவிட்டவள். என்னிடம் பேசுவதற்கு, அவனுக்கு விருப்பமில்லாமல் இருக்கக்கூடும். இருப்பினும், அவனிடம் மனசு விட்டுப் பேசி, கடந்த காலத் தவறுகளுக்கு மன்னிப்புக் கேட்க வேண்டும் போல இருந்தது. எழுந்து வெளியே வந்தேன்.

நல்ல குளிர். சால்வையை இறுக்கமாகப் போர்த்தியபடி கீழே பார்த்தேன். ஒன்றிரண்டு குடிசைகளில் மட்டும் லைட் எரிந்துகொண்டிருந்தது. அடர்த்தியான இருட்டில், காற்றில் ஆடிக்கொண்டிருந்த மரங்களைக் காணப் பயமாக இருந்தது.

நந்தாவின் அறையிலும் லைட் எரிந்துகொண்டிருந்தது. கதவைத் தட்டியவுடன் கதவைத் திறந்த நந்தா, என்னை ஆச்சர்யத்துடன் நோக்கினான்.

"புது இடம்... தூக்கம் வரல. உன் ரூம்ல, லைட் எரிஞ்சது. அதான் சும்மா பேசிட்டு இருக்கலாம்னு வந்தேன்."

"பேசவா... அது வந்து... நான் ட்ரிங்க்ஸ் சாப்பிட்டுகிட்டிருக்கேன். உனக்கு ஆட்சேபணையில்லன்னா..." என்று இழுத்தான் நந்தா.

"ஐ டோன்ட் மைண்ட்..." என்று நான் கூறிக்கொண்டிருக்கும்போதே, வெளியே மழை பெய்ய ஆரம்பித்தது.

"வெல்கம்..." என்று கதவைத் திறந்தான் நந்தா.

உள்ளே டேபிளில், விஸ்கி பாட்டில. அருகில் கிளாஸ். ஆஸ்ட்ரே.

"உட்காரு" என்று எதிரிலிருந்த நாற்காலியைக் காட்டிய நந்தா, கிளாஸில் கால் பங்கு விஸ்கியை ஊற்றி, நீரைக் கலந்தான்.

"தண்ணியடிச்சுகிட்டிருக்கறப்ப, வந்தது கூட நல்லதுதான். மனத்தடையில்லாம, நினைக்கறதப் பேசமுடியும்" என்றான் நந்தா.

"எப்பலேருந்து இந்தப் பழக்கம்?"

எங்கள் காதல் முறிந்துபோன சமயத்தில், நந்தாவின் அப்பாவுக்கு, சென்னைக்கு ட்ரான்ஸ்ஃபராகிவிட... நந்தாவும், குடும்பத்தோடு சென்னை சென்றுவிட்டதால், எனக்கு அவனைப் பற்றிய தகவல்கள் ஏதும் தெரியாது.

"1989 செப்டம்பர் 2. அன்னைக்குதான் நீ என்னை விட்டுப் பிரிஞ்ச நாள். இந்தியாவுல, காதலனை விட்டுப் பிரியும் காதலிகள், கடைசியாக் காதலனுக்கு தர்ற பரிசு" என்று கையிலிருந்த கிளாஸை காட்டிவிட்டு, இரண்டு மடக்கு குடித்துவிட்டு, கீழே வைத்தான். சிறிது சிப்ஸை எடுத்து வாயில் போட்டுக்கொண்டு, ஒரு சிகரெட்டை எடுத்துப் பற்ற வைத்துக்கொண்டான்.

"அப்புறம்... எப்படி இருக்க? லைஃப் எப்படி ஓடுது?" என்றான் நந்தா.

"ம்... ஓடுது. பெரிய சந்தோஷங்களோ, பெரிய துக்கங்களோ இல்லாம ஓடுது" என்றபடி திறந்திருந்த கதவைப் பார்த்தேன். இப்போது மழை, பலமாகப் பெய்ய ஆரம்பித்திருந்தது. சாரல் துளிகள், அறையினுள் விழுந்துகொண்டிருந்தன. ஒன்றிரண்டு துளிகள், எங்கள் முகத்தில் கூட விழுந்தன.

"உன் லைஃப்?" என்றேன்.

"ம்... உன்ன மாதிரி ஒரு வாக்கியத்துல சொல்லிட முடியாது. அப்புறம்... என்னை எப்பயாச்சும் நினைச்சுப்பியா?"

"ம்... அப்பப்ப உன் நினைப்பு வரும். ஒரு தீபாவளியப்ப... எனக்கு மருதாணி வச்சுக்கறது பிடிக்கும்னு, மருதாணி எங்கயும் கிடைக்காம, பக்கத்து ஊருக்குப் போய் பறிச்சுட்டு வந்து, நடுராத்திரி, சுவரேறி வந்து கொடுத்தியே... ஞாபகமிருக்கா?"

"ம்... ஞாபகமிருக்கு" என்றான் நந்தா சிரிப்புடன்.

"அதனால, மருதாணி போடறப்ப எல்லாம் உன் ஞாபகம் வந்துடும். ஒரு நாள், பொண்ணுக்கு மருதாணி போடறப்ப,

திடீர்னு உன் நினைப்பு வந்து அழுதுட்டேன். ஏன்ம்மான்னுச்சு பிள்ளைங்க. எல்லா துக்கத்தையும் வெளிய சொல்லிடலாம். இந்த துக்கத்தை மட்டும், யாருகிட்டயும் சொல்லிக்க முடியாதுல்ல? நீ என்னை நினைச்சுப்பியா?"

"ம்ஹ்ம்..." என்று சிரித்த நந்தா, இன்னொரு மடக்கு குடித்துவிட்டு, ஒன்றும் பேசாமல், வெளியே தெரிந்த மழையையே பார்த்துக்கொண்டிருந்தான். திடீரென்று மின்னல் வெளிச்சம் அடிக்க... அந்த மலைப்பகுதியே, அந்த மழையில், ஒரு அழகான ஓவியம் போல் தெரிந்தது.

நந்தாவின் மனதில், என் காதல் தந்த வலி இன்னும் இருப்பது, முகத்தில் தெரிந்தது.

"உன்கிட்ட ஒரு மன்னிப்பு கூட கேட்கல. என்னை மறந்துடுன்னு, ஒத்தை வரில ஒரு கடிதம் கொடுத்தனுப்பிச்சுட்டு, கழண்டுகிட்டேன். அந்த வேதனை இன்னும் இருக்கு நந்தா. சாகற வரைக்கும், மறைஞ்சு போகாத துக்கத்தைத் தவிர, என் காதல் உனக்கு ஒண்ணுமே தரல."

"எந்தப் பயனுமே இல்லன்னு சொல்லமுடியாது. நம்ம காதல் தோல்வியாலதான், ஒரு நல்லது நடந்தது" என்ற நந்தாவை, புரியாமல் பார்த்தேன். கிளாஸில் மிச்சமிருந்த விஸ்கியை, ஒரே மடக்கில விழுங்கிய நந்தாவின் கண்கள், லேசாகக் கலங்கியிருந்தது.

"என் ஒய்ஃப் பேரு என்ன சொன்ன?" என்றபடி சிகரெட் புகையை இழுத்து விட்டான்.

"மாலதி."

"ம்... மாலதி... ஆனா அவ... இப்ப... என் ஒய்ப் இல்ல." என்று கூறிய நந்தாவை அதிர்ச்சியுடன் நோக்கியபடி, "என்ன சொல்ற?" என்றேன்.

"அவளோட நான் ஒரு நாள் கூட வாழல. அவ கழுத்துல தாலி கட்டி முடிச்சவுடனே, என் கைல ரெண்டு சொட்டு கண்ணீர். அவ முகத்தைப் பாத்தேன். தலையை குனிஞ்சுகிட்டு, அழுகையை அடக்கிட்டிருந்தா. ஏதோ இடறுச்சு. சட்டுன்னு அவ கையப் புடிச்சு, தனியா அழைச்சுட்டுப் போயி

விசாரிச்சேன். நமக்கு நிகழ்ந்த அதே சோகம். காதல்... பெத்தவங்க எதிர்ப்பு... பெத்தவங்களுக்காக என்னோட கல்யாணம்... அந்தப் பையனுக்கு இன்னும் கல்யாணம் ஆகலன்னு சொன்னா. பெரியவங்ககிட்ட, மணிக்கணக்குல பேசி, நானே அந்தப் பையனுக்கு, அவள கல்யாணம் பண்ணி வச்சுட்டேன்'' என்று நந்தா சொல்ல, சொல்ல... மனதினுள் இடி விழுந்தாற் போல் இருந்தது.

தொடர்ந்து நந்தா, ''அதனால... நம்ம காதலால, எந்த பிரயோஜனமும் இல்லன்னு சொல்லமுடியாது. நம்ம காதல் தோல்வி தந்த வலிதான், அவளோட வலிய உணர வச்சது. நம்ம காதல், நம்மள சேக்கலன்னாலும், இன்னொரு காதல சேத்து வச்சிருக்கு.'' என்ற நந்தாவைக் கட்டியணைத்து, மார்போடு இறுக்கிக்கொள்ளவேண்டும் போல மனசு பரபரத்தது.

''ஆனா... அப்புறம், வாழ்க்கைல பிடிப்பே போயிடுச்சு. கொஞ்ச நாள் பைத்தியக்காரன் மாதிரி, நார்த் இன்டியா முழுக்க கோயில், கோயிலா சுத்தினேன். அதுவும் ஒரு கட்டத்துல அலுத்துப் போய், திரும்ப வந்துட்டேன். வேற கல்யாணம் பண்ணிக்கச் சொல்லி, வீட்டுல கம்பெல் பண்ணாங்க. ஆனா எனக்கு இன்ட்ரெஸ்ட் இல்ல. வேண்டாம்னுட்டேன். இப்படியே ஓடிகிட்டிருக்கு'' என்று நந்தா பேச்சை நிறுத்த, துக்கம் தாளாமல், ''நந்தா'' என்றபடி அவன் கைகளை இறுக்கப் பிடித்துக்கொண்டேன். ''ஸாரி...'' என்றேன், வேறு எதுவும் சொல்லத் தோன்றாமல்.

''உன் மேல ஒண்ணும் வருத்தமில்ல. நம்ம இந்தியப் பெண்கள், வளர்ந்த விதம் அப்படி. சின்ன வயசுலருந்தே ஆசைகளை அடக்கி, பழக்கப்பட்டவங்க. பெத்தவங்க எதிர்க்கறப்ப, பெரும்பாலான பொண்ணுங்க, தன்னோட காதலை, கண்ணீரோட பலி கொடுத்துடுறாங்க. காதல்ல காட்டற வேகத்தை, காதல காப்பாத்தறதுல காமிக்கறதுல்ல.''

''அது போகட்டும். அதுக்குப் பிறகு கூட, உனக்கு ஒரு வாழ்க்கை அமையாமப் போயிடுச்சே.''

"விடு... ஆசைப்பட்டது எல்லாம் நடந்துட்டா, நாமெல்லாம் கடவுளாயிடுவோமே. இங்க யாரும், நினைச்ச வாழ்க்கையை வாழ முடியாதும்மா. அவங்கவங்களுக்கு, கடவுளால விதிக்கப்பட்ட வாழ்க்கையைத்தான் வாழமுடியும்."

நான் மேற்கொண்டு ஒன்றும் பேசாமல், தலையைக் குனிந்தபடி, மௌனமாக அழுதுகொண்டிருந்தேன். எழுந்து என்னருகில் வந்த நந்தா, "அழறதால, நடந்தது எதையும் மாத்தமுடியாது. போய்ப் படு... காலைல பேசிக்கலாம்" என்றான். நான் எழுந்து, அறைக்குத் திரும்பிய பிறகும், மழை விடாமல் பெய்துகொண்டேயிருந்தது.

மறுநாளும் மழை விடவில்லை. நாள் முழுவதும் நந்தாவைப் பற்றிய சிந்தனையிலேயே இருந்தேன். என்னால் அழிந்துபோன நந்தாவின் வாழ்க்கையை, எப்படியேனும் மீட்டெடுக்க முடிந்துவிட்டால், எவ்வளவு நன்றாக இருக்கும்?

அன்றிரவு படுத்து, நெடுநேரமாகியும் தூக்கம் வரவில்லை. வெளியே மழை பயங்கரமாகப் பெய்துகொண்டிருந்தது. நாளையோடு கேம்ப் முடிகிறது. நாளை மாலை கிளம்புகிறேன். அதற்குள் ஏதேனும் பிராயச்சித்தம் செய்யமுடியுமா என்ற யோசனையிலேயே இருந்தேன்.

நந்தா எவ்வளவு இழந்திருக்கிறான். மனைவி கிடையாது. குழந்தைகள் கிடையாது. பாரதியார், பாஞ்சாலி சபதத்தில் சொன்னது போல், "பொக்கென ஓர் கணத்தே, எல்லாம் போகத் தொலைத்துவிட்டான்." கடைசி வரை எந்த சுகத்தையும் அனுபவிக்காமல், ஏன்... பெண்சுகத்தைக் கூட அனுபவிக் காமலே, வாழ்ந்துவிட்டு சாகப்போகிறான்.... என்று நினைத்தவுடன், சட்டென்று எனக்கு அந்த எண்ணம் தோன்ற... மனது அதிர்ந்தது. கடவுளே... இது என்ன பைத்தியக்காரத்தனமான நினைப்பு... சே... என்று அந்த நினைப்பைப் புறந்தள்ளிவிட்டு, தூங்க முயற்சித்தேன். பொட்டுத் தூக்கம் வரவில்லை.

எங்கோ இடிஇடிக்கும் சத்தம் கேட்டது. அந்த மழைச்சத்தத்திலும், காட்டில் தவறிப்போன மாட்டின் ஓலக்குரல் ஒன்று, தூரத்திலிருந்து மெலிதாகக் கேட்டது. அது எனக்கு நந்தாவின் குரல் போலத் தோன்றியது.

மீண்டும், மீண்டும் அந்த எண்ணமே தோன்ற..... கணவனின் முகம், மனதில் தோன்றியது. யோசிக்க... யோசிக்க... கணவனின் முகம் கொஞ்சம், கொஞ்சமாக மறைந்து, நந்தாவே மனசெங்கும் விஸ்வரூபமெடுத்து, வியாபித்திருந்தான். ஒரு தெளிவான முடிவுடன் படுக்கையிலிருந்து எழுந்தேன்.

அறையை விட்டு வெளியே வந்தவுடன், சடசடவென்று சாரல் துளிகள் உடலை நனைத்தன. கீழே நிலா வெளிச்சத்தில், மழையில் நனைந்துகொண்டிருந்தன குடிசைகள்.

நந்தாவின் அறைக் கதவைத் தட்டினேன். கையில் விஸ்கி கிளாஸோடு, கதவைத் திறந்தான் நந்தா.

"அதுக்குள்ள குடிக்க ஆரம்பிச்சுட்டியா?" என்றேன்.

"ம்... மூணாவது ரவுண்டு ஓடிகிட்டிருக்கு. உட்காரு."

நாற்காலியை, அவனுக்கருகில் நெருக்கமாகப் போட்டு அமர்ந்துகொண்டேன்.

"மழைல நனைஞ்சுட்ட... துடைச்சுக்க" என்று துண்டை எடுத்து நீட்டினான் நந்தா. எனது முகத்தைத் துடைத்துக் கொண்ட நான், அதே துண்டால், அவன் முகத்தில் சிதறியிருந்த மழைத்துளிகளைத் துடைத்தபடி, அவன் கண்களையே உற்றுப் பார்க்க... என்னைக் கேள்வியுடன் நோக்கினான் நந்தா.

நாற்காலியிலிருந்து எழுந்த நான், அவன் நெற்றியை வருடியபடி, மேலே சென்று அவன் தலைமுடியைக் கோதிவிட்டேன். அப்படியே அவன் முகத்தை இழுத்து, எனது மார்பில் சாய்த்து, இறுக்கமாக அணைத்துக் கொண்டேன்.

"ஏய்... என்ன இது?" என்ற நந்தாவின் கைகளைப் பிடித்து, எனது இடுப்பில் கோர்த்துக்கொண்டேன்.

வேகமாகக் கைகளை விலக்கிக்கொண்டு, "வேண்டாம்மா... உனக்குன்னு ஒரு வாழ்க்கை இருக்கு" என்ற நந்தாவின் தோள்களைத் தழுவியபடி, அவன் காதில் மெதுவாக, "ஆமாம் இருக்கு. ஆனா, அதை நான் வாழவே இல்ல... இது வரைக்கும் அம்மாப்பா, கணவன், குழந்தைகளுக்காகத்தான் வாழ்ந்தேனே தவிர, என் விருப்பப்படி வாழ்ந்ததே இல்ல... இன்னைக்கு

ஒருநாள் மட்டும், எனக்காக வாழணும்னு ஆசைப்படுறேன் நந்தா" என்ற என்னை ஆவேசத்துடன் அணைத்துக்கொண் டான் நந்தா.

வெளியே பேய் மழை... இதுதான் உலகின் கடைசி மழை என்பது போல், பேரிரைச்சலுடன் பெய்துகொண்டிருந்தது மழை. மலையெங்கும் வழிந்த மழைநீர், மேடுகளை நனைத்து, சரிவில் மெதுவாகப் பயணித்தது. பூமி குளிரக் குளிர நனைந்தது.

வெற்று உடம்பை, புடைவையால் மூடிக்கொண்டு நந்தாவைப் பார்த்தேன். களைப்புடன் படுத்திருந்தான். நந்தாவின் உடம்பில் படிந்திருந்த வியர்வையை, புடைவை முந்தானையால் துடைத்துவிட்டேன். நந்தாவின் முகத்தில், ஒரு பரவசம் கலந்த அமைதி. உதட்டில் திருப்திகரமான புன்னகை. இத்தனை வருடங்களாக, என் மனதிலிருந்த குற்ற உணர்வு சுத்தமாக மறைந்துபோய், என் உடலெங்கும்... மனசெங்கும்... சந்தோஷம் பொங்கி, வழிந்துகொண்டிருந்தது. குனிந்து நந்தாவின் உதட்டில், அழுத்தமாக முத்தமிட்டேன்.

மறுநாள் மாலை, நான் மலையிலிருந்து இறங்கியபோது, மழை நின்றிருந்தது.

– குங்குமம்,
பிப்ரவரி – 2009

8

வாழ்க்கை-2010

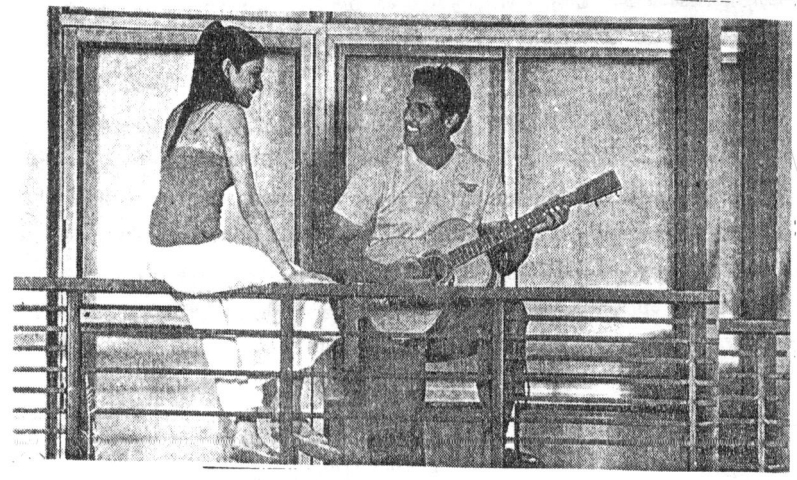

சென்னை விமான நிலையம். இரவு 7.30க்கு மும்பை புறப்படும் ஜெட் ஏர்வேஸ் விமானம், புறப்படுவதற்குத் தயார் நிலையில் இருந்தது. இருக்கை எண்ணைப் பார்த்து 16பி இல் அமர்ந்தான் அருண். சுற்றிலும் நிதானமாகப் பார்த்தான்.

மண்ணுக்குப் போகும் உடம்பை, மனிதர்கள் பார்த்தால் என்ன என்ற பெருந்தன்மையுடன், மிகச்சிக்கன உடையுடன் இரண்டு நவீன யுகப் பெண்கள் அருணைக் கடந்து போனார்கள். இடது பக்கத்தில் அமர்ந்திருந்த புதுமண ஜோடி ஒன்று, இரவு மும்பை சென்றவுடன் அறையை அடைக்கப்போகும் வெப்ப

வினாடிகளுக்காக ஏங்கியபடி, இப்போதே ஃபோர்ப்ளே வேலைகளை ஆரம்பித்திருந்தார்கள்.

அருண் பெல்ட்டை மாட்டிக்கொண்டு, எதிரிலிருந்த வீக் மேகசினை எடுத்துப் புரட்ட ஆரம்பித்தான். சில நிமிடங்களில், "எக்ஸ்க்யூஸ் மி" என்ற பெண் குரல் கேட்டு, புத்தகத்திலிருந்து நிமிர்ந்த அருண் அதிர்ந்தான்.

எதிரே அருணின் முன்னாள் மனைவி ஸ்வேதா, பபிள்கம்மை மென்றபடி நின்றுகொண்டிருந்தாள். இவனைப் பார்த்த அதிர்ச்சியில், சில வினாடிகள் மெல்லுவதை நிறுத்தினாள். பிறகு மீண்டும் அலட்சியமாக மென்றபடி, "ஹாய்...வாட் எ சர்ப்ரைஸ்?" என்று ஆச்சர்யப்பட்டவள், "மை சீட் நம்பர் இஸ் 16ஏ" என்றாள்.

இன்னும் முழுமையாக அதிர்ச்சியிலிருந்து விடுபடாத அருண், மௌனமாக எழுந்து வழி விட்டான். இருக்கையில் அமர்ந்த ஸ்வேதா ஜீன்சும், ரோஸ் நிறத்தில் ஷார்ட் சர்ட்டும் அணிந்திருந்தாள். தலைமுடிக்குப் பழுப்பு நிறத்தில் கலரிங் செய்திருந்தாள். அதே மாசு மருவற்ற, அலட்சியமான முகம்.

பெல்ட்டை மாட்டிக்கொண்டே, "என்ன அருண்... பேச மாட்டியா?" என்றாள்.

"சேச்சே... அப்படில்லாம் ஒண்ணுமில்ல. ரொம்ப நாள் கழிச்சு, திடீர்னு பாத்ததால சட்டுன்னு பேச்சு வரல... எப்படியிருக்க?"என்றான் அருண்.

"ஃபைன்... நீ?"

"நல்லாயிருக்கேன். நீ எங்க மும்பைக்கு..." என்று இழுத்தான் அருண்.

"ஒரு ப்ராஜக்ட் ஒர்க். பிஎல்சி ப்ரோகிராமிங் பண்ணப் போறேன்... நீ?"

"நானும் ஒரு ப்ராஜக்ட் வேலையாதான் போறேன். மெஷின் கமிஷனிங் ஒர்க்..." என்று அருண் கூறிக்கொண்டிருக்கும்போதே, விமானம் ரன்வேயை நோக்கி நகரத் தொடங்கியது.

"எங்க தங்கப்போற?" என்றான் அருண்.

"நாங்க ப்ராஜக்ட் எடுத்துருக்குற கம்பெனிக்கு, நெருல்ல ஒரு கெஸ்ட் ஹவுஸ் இருக்கு. அங்கதான் ஸ்டே..."

அருண் சந்தேகத்துடன், "நீ ஓர்க் பண்ணப் போற கம்பெனி..."என்று ஒரு நிறுவனத்தின் பெயரைக் கூறினான்.

"எப்படிக் கண்டுபிடிச்ச?" என்று ஆச்சர்யத்துடன் பார்த்த ஸ்வேதா சட்டென்று விஷயம் புரிந்து, "மைகாட்...நீயும் அதே கம்பெனி ஓர்க்குக்குதான் போறியா?" என்றாள்.

"யு காட் இட். தங்கப்போறதும், நெருல் கெஸ்ட் ஹவுஸ்லதான்."

"சரியாப் போச்சு போ... எத்தனை நாள் ஓர்க்?"

"பத்து நாளாகும். உனக்கு..."

"டூ டேஸ்..." என்ற ஸ்வேதா ஜன்னல் வழியே வெளியே பார்த்தாள். பளபளக்கும் மின்வெளிச்சத்திற்கு நடுவே லக்கேஜ் ட்ரக்குகள் சென்றுகொண்டிருந்தன.

ரன்வேக்கு வந்து, டேக்ஆஃப் ஆன சில நிமிடங்களில், பல்லாயிரம் அடிகள் உயரத்தைக் கடந்து, விமானம் மிதந்தாற்போல் செல்ல ஆரம்பித்தது. பெல் அடிக்கும் ஓசை கேட்டவுடன், ஏர் ஹோஸ்டஸ்கள் தங்கள் இருக்கைகளில் இருந்து எழுந்தனர். பயணிகள் சகஜ நிலைக்குத் திரும்ப ஆரம் பித்தனர்.

இருவரும் மௌனமாக ஓரக்கண்ணால் பார்த்துக் கொண்டனர். அருண் தொண்டையைக் கனைத்தபடி, "ஏதோ ஒரு பழைய பாக்யராஜ் படத்துல வர்ற மாதிரி இருக்குல்ல..." என்றான்.

"ம்... மௌன கீதங்கள். பாக்யராஜும், சரிதாவும் நடிச்ச படம்."

"அவங்க பஸ்ல சந்திப்பாங்க... நாம ப்ளேன்ல சந்திக்கிறோம். அவ்வளவுதான் வித்தியாசம்."

"அது மட்டுமில்ல. அந்தப் படத்துல ரெண்டு பேரும் பிரிஞ்சுபோயிட்டாலும், வேற யாரையும் கல்யாணம் பண்ணியிருக்கமாட்டாங்க.... ஆனா நம்ம ரெண்டு பேருக்குமே

செகண்ட் மேரேஜ் நடந்துருச்சு" என்று ஸ்வேதா கூறியவுடன், சட்டென்று அங்கே ஒரு கனமான அமைதி சூழ்ந்தது.

தனக்கு உடைமையற்ற ஒருவருடன் பேசுவது போல் அருணுக்குத் தோன்ற, மேற்கொண்டு ஒன்றும் பேசாமல், 'வீக்' புத்தகத்தைக் கையில் எடுத்துக் கொண்டான்.

ஸ்வேதா எழுந்து, மேலே கேபினிலிருந்த ஹேண்ட்பேகில் எதையோ தேடினாள். சட்டென்று அவள் அணிந்திருந்த குட்டை சட்டை விலக... பளீரென்ற இடுப்பின் வெண்மை கண்களைத் தாக்கியது. இதே வெள்ளைத்தோலைப் பார்த்து மயங்கித்தான், அருண் ஸ்வேதாவைத் திருமணம் செய்துகொண்டான்.

அருண், விமானத்தில் செல்வது குறித்து, கனவுகள் கூடக் கண்டிராத தஞ்சை மாவட்டத்து, வாத்தியார் வீட்டு மகன். பெண்களின் ஓரப்பார்வைகளில் கிறங்கிப் போய், "ஒற்றைவிழிப் பார்வையிலே... உயிரெல்லாம் உருகுதடி... பயிரெல்லாம் கருகுதடி" என்று அபத்தமான கவிதைகள் எழுதாமல், வாய்க்கால் கரையில் வயசுப்பெண்கள் குளிப்பதைப் பார்க்காமல் ஒழுக்கமாக வளர்ந்தவன். பிஇ மெகானிகல் எஞ்சினியரிங் படித்தான். சென்னையில் வேலைக்குச் சேர்ந்தான்.

இருபத்தேழு வயது ஆனவுடன், வீட்டில் பெண் தேட ஆரம்பித்தார்கள். முதலில் சென்று பார்த்த பெண்ணே ஸ்வேதாதான். ஸ்வேதா அழகாக இருந்தாள். ஐம்பது பவுன் போடுவார்கள். சிவப்பாக இருந்தாள். அவள் பெயரில், வேளச்சேரியில் ஒரு கிரவுண்ட் இடம் இருந்தது. லோஹிப்பில் சேலை கட்டியிருந்தாள். அப்போதே ஒரு சாப்ட்வேர் நிறுவனத்தில், மாதம் முப்பதாயிரம் ரூபாய் சம்பளம் வாங்கினாள். அருண், ஸ்வேதாவைத் திருமணம் செய்து கொண்டான்.

முதல் ஒரு மாதம், நாக்கில் தேனைத் தடவிவிட்டாற் போல் இருந்தது. பெண்வாசனை பேயாய்ப் பிடித்து ஆட்டியது. வியர்த்து முடிந்த இரவுகளில், ஸ்வேதாவின் கழுத்தில் முகம் புதைத்துக் கவிதை சொன்னான். கொடைக்கானல் குளிரில், "உன் உடல்வெப்பக் கதகதப்பில், ஒரு கோடி யுகங்கள் வாழ வேண்டும்." என்று பினாத்தினான்.

ஒரு மாதம் கழித்து ஏற்பட்ட ஒரு சண்டையின்போது, ஸ்வேதா ஒரு ஆங்கில கெட்டவார்த்தையைக் கூறித் திட்டிய கணத்தில், ஸ்வேதாவின் போதையூட்டும் உதடுகளும், எடுப்பான மார்புகளும், தங்கள் ஈர்ப்பை சட்டென்று இழந்தன. அவர்களுடைய முதல் சண்டை இப்படித்தான் ஆரம்பித்தது.

திருமணமாகி, அன்றுதான் ஸ்வேதா தன் முதல் மாத சம்பளத்தை வாங்கியிருந்தாள். வீட்டிற்கு வந்தபோது, ஏராளமான பொருட்களோடு வந்திருந்தாள். ஒவ்வொன் றாக எடுத்துக்காட்டி அவள் விலையைச் சொல்ல, சொல்ல பகீரென்றது. "இது சில்வர் ரெய்ன் பெர்ஃப்யூம்... இது அலோரா ஆம்பியன்ஸ் டிஃப்யூஸர்...." என்று ஸ்வேதா கூறிக்கொண்டே சென்றாள். அத்தனையும், மேல்தட்டு பங்களாவாசிகள் பயன்படுத்தும், விலை உயர்ந்த வீட்டு அலங்கார மற்றும் மேக்கப் பொருட்கள்.

அருண் கோபத்தை அடக்கிக்கொண்டு, "மொத்தம் எவ்வளவாச்சு ஸ்வேதா?" என்றான்.

"பத்தாயிரம் ரூபாய்."

'இதெல்லாம் விலை குறைவாக் கூடக் கிடைக்குமே ஸ்வேதா."

"நான் எப்போதும் ரெபூட்டட் பிராண்ட்ஸ்தான் வாங்குவேன்."

அருண் ஒன்றும் பேசாமல், லேப்டாப்பை ஆன் செய்து விட்டு உட்கார்ந்தான்.

"என்ன அருண் பேசாம உட்கார்ந்துட்ட.... அந்தக் காலத்துப் பொம்பள மாதிரி, சம்பளக்கவர அப்படியே தூக்கிட்டு வந்து உன்கிட்ட கொடுக்கலன்னு கோபமா? இப்பல்லாம் சம்பளம் பேங்க்லதான் க்ரெடிட் ஆகுது அருண்."

"தெரியும் ஸ்வேதா. என்னோட கோபம் அது இல்ல... நாமல்லாம் பேஸிக்கா மிடில் கிளாஸ்லயிருந்து வந்தவங்க. இந்த பத்தாயிரம் ரூபாய், நான் பிஇ படிச்சப்ப என்னோட ஒரு வருஷ பீசு. ஒரு வருஷம், இந்த பத்தாயிரத்தப் புரட்ட முடியாம எங்கப்பா நாயா அலைஞ்சிருக்காரு... நீ கேஸுவலா காஸ்

மெடிக்ஸ்க்கும், ஆடம்பரப் பொருட்களுக்கும் பத்தாயிரத்த ஒரே ஈவ்னிங்ல செலவு பண்ணிட்டு வந்துருக்க.”

“இங்க பாரு அருண்... உங்கப்பா கஷ்டப்பட்டாருங் கிறதுக்காக, நான் சாவுற வரைக்கும் கஷ்டப்படமுடியாது.”

“உன்ன யாரும் கஷ்டப்படச் சொல்லல. ஆடம்பரமா செலவு செய்யவேண்டாம்னுதான் சொல்றேன். நம்ப மிடில் கிளாஸ் அழியறதே இப்படித்தான் ஸ்வேதா. பணக்காரங்க மாதிரி வாழ ஆசைப்பட்டு அகலக்கால் வைப்போம். அப்புறம் முழி பிதுங்கிட்டிருப்போம். நம்ம பணக்காரங்க இல்ல ஸ்வேதா. கொஞ்சம் சொகுசா வாழற அளவுக்கு சம்பாரிக்கிற மிடில் கிளாஸ்... அவ்வளவுதான். பணக்காரங்கன்னா என்ன தெரியுமா? எங்க பாஸ எடுத்துக்க... அவரு பணக்காரரு. அவரு போன வருஷம் கட்டுன இன்கம்டாக்ஸ் மட்டும் இருபது கோடி ரூபாய். அவரு மன்த்லி பார் பில்லே ரெண்டு லட்சம் ரூபாய் வரும். அவங்க இந்த மாதிரில்லாம் செலவு செய்யலாம். நமக்கு இதெல்லாம் ரொம்ப ஜாஸ்தி ஸ்வேதா.”

“உலகம் எவ்வளவு மாறினாலும், இந்த ஆம்பளங்க மட்டும் மாறவே மாட்டீங்க... உங்களுக்கெல்லாம் கம்ப்யூட்டர்ல உட்கார்ந்து, ஆயிரம் ஆயிரமா சம்பாரிக்கிற பொண்டாட்டி வேணும். ஆனா, அந்தக் காலத்துப் பொம்பளங்க மாதிரி, மொத்தச் சம்பளத்தையும் தூக்கி புருஷன் கையில கொடுத்துட்டு, காபிக்கும், பஸ்சுக்கும் டெய்லி இருபது ரூபாய் வாங்கிட்டுப் போனா தங்கமான பொம்பளம்பீங்க...”

“நான் உன் சம்பளப் பணத்தப் பத்தியே கேட்கல...உன் செலவப் பத்திதான் கேட்டேன்.”

“நேரா கேட்க முடியல...அதான் இப்படி சுத்தி வளைச்சுக் கேட்குற...”

“சரிடி... கேட்டா என்னடி... ஒரு ஆம்பள இதக் கூடக் கேட்கக்கூடாதா?” என்றான் அருண் சத்தமாக.

“ஆம்பள்ன்னு நீ கேட்குறதுக்கெல்லாம் நான் பதில் சொல்ல ணும்னு அவசியம் கிடையாது...” என்ற ஸ்வேதா தொடர்ந்து பெண்கள் கூறத் தயங்கும் ஒரு ஆங்கிலக் கெட்ட வார்த்தையை

உதிர்க்க... அருணுக்குப் பயங்கரக் கோபம் வந்துவிட்டது. வேகமாக எழுந்த அருண், "பொறுக்கி நாயே..." என்று கோபமாகக் கத்தியபடி ஓங்கி அவள் கன்னத்தில் அறைந்தான். அவ்வளவுதான்... பொங்கி எழுந்துவிட்டாள் ஸ்வேதா.

''ஏய்... இதுவரைக்கும் எங்கப்பா கூட என்னை அடிச்சதில்ல... யூ... ப்ளடி பிட்ச்..."என்றபடி பதிலுக்கு அடிக்கப் பாய்ந்தாள் ஸ்வேதா.

"பதிலுக்குக் கை நீட்டுறியா... உன்ன..." என்ற அருண் வேகமாக அவள் கைகளை முறுக்கி, முதுகில் மீண்டும், மீண்டும் பலமாக அடிக்க... ஸ்வேதா தளர்ந்து போய், அழுது கொண்டே கீழே உட்கார்ந்த பிறகுதான் அருணின் ஆத்திரம் அடங்கியது. சில நிமிடங்கள் மௌனமாக அழுதுகொண் டிருந்தவள், திடீரென்று கண்களைத் துடைத்துக்கொண்டு எழுந்தாள்.

''என்னை அடிச்சிட்டில்லடா...''என்று கத்தியபடி அவனுடைய லேப்டாப்பை எடுத்து வேகமாகத் தரையில் வீசியெறிய.... அருணின் கோபம் உச்சக்கட்டத்தை எட்டியது.

"திமிர் பிடிச்ச நாயே..."என்ற அருண் ஸ்வேதாவின் கூந்தலை இறுகப் பற்றிக்கொண்டு அவள் கன்னங்களில் மாறி, மாறி அறைந்தான்.

அன்றிரவு அருண் தூக்கம் வராமல், கீழே தரையில் படுத்திருந்த ஸ்வேதாவைப் பார்த்தான். ஸ்வேதாவின் நைட்டி முழங்காலுக்கு மேல் விலகியிருந்தது. நேற்றுவரை ஏராளமான கிளர்ச்சியை அளித்த அந்த உடல் இப்போது எந்த உணர்வையும் உருவாக்கவில்லை. பெண்கள்... ஆண்களுக்கு அதிகபட்ச ஆனந்தத்தையும், அதிகபட்ச துயரத்தையும் அளிப்பதற்கென்றே படைக்கப்பட்டவர்கள்.

இப்படித்தான் முதல் பிளவு ஆரம்பித்தது. பிறகு அது வாரத்திற்கொரு முறை, இரண்டு முறை என்று அதிகரித்துக்கொண்டே வந்தது. சண்டை அதிகரிக்க, அதிகரிக்க ஸ்வேதா வீம்புக்கென்று அருணுக்குப் பிடிக்காத காரியங்களாகச் செய்வாள். உடனே அருண் கையை நீட்டிவிடுவான்.

தங்கள் நிரந்தரப் பிரிவுக்கு வழிவகுத்த அந்தக் கடைசிச் சண்டையை, இப்போது நினைத்தாலும் அவனுக்கு மிகவும் வேதனையாக இருந்தது.

அன்று அருண் வீட்டுக்கு வந்தபோது, இரவு பனிரெண்டு மணிக்கு மேல் ஆகிவிட்டது. கதவைத் திறந்ததும் முகத்தில் அறைந்தது அந்தப் பெரிய ஹோம் டிவி. அவ்வளவு பெரிய டிவி, அந்தச் சிறிய ஹாலுக்குப் பொருத்தமில்லாமல் இருந்தது. அருண் கண்டுகொள்ளாமல் தன் வேலையைக் கவனித்தான்.

"என்ன அருண்? டிவி எப்படி இருக்கு?" என்றாள் ஸ்வேதா.

"நல்லாருக்கு."

"ஒண்ணேகால் லட்சம் ரூபாய்."

"அவ்வளவு காசு உன்கிட்ட இருந்துருக்காதே."

"இருபதாயிரம் இனிஷியல் அமௌண்ட் கட்டியிருக்கேன். மிச்சப் பணம், இன்ஸ்டால்மென்ட்ல கட்டப் போறேன்."

"எவ்வளவு?"

"மாசம் பத்தாயிரம் ரூபாய்...ஒரு வருஷத்துல கட்டிடுவேன்."

"கட்டமுடியலன்னா..."

"அது எப்படிக் கட்ட முடியாமப் போகும்?"

"நீ வேலைக்குப் போறத நிறுத்திட்டீன்னா..."

"நான் ஏன் நிறுத்தணும்?"

"வேலைக்குப் போற திமிருலதாண்டி நீ இவ்வளவு ஆட்டம் போடுற... நீ சம்பாரிச்சுக் கிழிச்சது போதும். நாளைலயிருந்து நீ வேலைக்குப் போகவேண்டாம்."

"அத நீ முடிவு பண்ணமுடியாது. நான்தான் பண்ணணும்."

"நான் முடிவெடுத்தாச்சு. நாளைலருந்து நீ போகப் போறதுல்ல..."

"அப்படியே சொல்லிக்கிட்டே படுத்துத் தூங்கு. கனவுல யாச்சும் நான் வேலைக்குப் போகாம இருக்கனான்னு பாரு" என்று சிரித்தாள்.

“என்னடி இளிக்கற... நான் பாட்டுக்கும் சொல்லிக் கிட்டிருக்கேன். நீ தேவுடியாவாட்டம் சிரிக்குற...” என்று அருண் கூறியவுடன் ஸ்வேதாவின் கண்கள் கலங்கி விட்டன.

சில வினாடிகள் அமைதியாக இருந்த ஸ்வேதா, திடீரென்று சாமி வந்தாற் போல் ஆவேசமாக அருணுடைய சட்டையைக் கொத்தாகப் பிடித்தபடி, “ஆமான்டா.... நான் தேவடியாதாண்டா. தேவடியா என்ன பண்ணுவா தெரியுமா...”என்றவள் தன் மொபைலை எடுத்து, தன்னுடன் பணி புரியும் பிரதாப்புக்கு ஃபோன் செய்தாள். “பிரதாப்... நான் ஸ்வேதா பேசறேன். என் புருஷன் என்னைத் தேவுடியான்னு சொல்லிட்டாண்டா... உனக்குத் தெரிஞ்சு எவனாச்சும் இருந்தா வரச்சொல்லு” என்று கூறிக்கொண் டிருக்கும்போதே பாய்ந்து அருண் அவளை விட்ட அறையில் பொத்தென்று கீழே விழுந்தாள். அவள் நகர்ந்து செல்ல, செல்ல இடுப்பில் எட்டி உதைத்துக்கொண்டே இருந்தான் அருண்.

சமாளித்துக்கொண்டு எழுந்த ஸ்வேதா கோபத்துடன், "மனுஷனாடா நீ... யு ப்ளடி பாஸ்டர்ட்... உன்ன என்ன பண்றேன் பாருடா...” என்று அவசர, அவசரமாக செருப்பை மாட்டிக்கொண்டு வேகமாக வெளியே சென்றாள்.

“ஏய்... எங்கடி இந்த நேரத்துல போற?” என்ற அருண் அவளைப் பின்தொடர்ந்து படிகளில் இறங்கினான்.

“இனிமேல் ஒரு நிமிஷம் கூட உன்கூட இருக்க மாட்டன்டா. போலீஸ்ல கம்ப்ளைண்ட் பண்ணி, உன்ன உள்ள வச்சுட்டுத்தாண்டா மறுவேலை...” என்று கத்தினாள்.

“ஸ்வேதா... கத்தாத... முதல்ல உள்ள வா... எதாயிருந்தாலும் வீட்டுலப் போய் பேசிக்கலாம்.”

“இனிமே இந்த வீட்டுல இருக்கமாட்டன்டா...” என்ற ஸ்வேதாவின் கையைப் பிடித்து இழுத்தான்.

“விடுறா... என்னை விடுறா...” என்று அவள் கத்திய கத்தலில், அனைத்து அபார்ட்மென்ட்களின் லைட்களும் எரிந்தன. சிலர் வெளியே வந்து, ஒன்றும் சொல்லாமல் வேடிக்கை பார்த்தனர். அபார்ட்மென்ட் செகரட்டரி மட்டும் அருகே வந்து, “என்ன

சார்... இது நாலு பேர் டீசன்டா குடியிருக்குற இடம். வீட்டுக்குப் போங்க சார்..." என்று கூறிக்கொண்டிருக்கும் போதே, ஸ்வேதா விறுவிறுவென்று இறங்கி, ரோட்டுக்குச் சென்றுவிட்டாள்.

"ஸ்வேதா... இந்நேரத்துல எங்கயும் போகாதே... காலைல பேசிக்கலாம். வா..."என்று அருண் அவள் கையைப் பிடிக்க, அவள் அருணைப் பிடித்து தள்ளியபடி. "விடுறா... விடுறா..." என்று கத்திக்கொண்டிருக்கும்போதே, இரவு ரவுண்ட்ஸ் வந்த போலீஸார், இவர்களைப் பார்த்துவிட்டு, "என்னப்பா இங்க தகராறு..." என்று காரை நிறுத்தினர்.

அதன் பிறகு சம்பவங்கள் வேக, வேகமாக நடந்தன. ஸ்வேதா, அருணைப் பற்றிப் போலீசில் புகார் கொடுத்தாள். இரவோடு இரவோக ஸ்வேதாவின் அப்பாவும், அண்ணன் களும் போலீஸ் ஸ்டேசனுக்கு வந்தனர். அருண் சென்னையிலிருந்த தன் அட்வகேட் மாமாவையும், அலுவலக நண்பர்களையும் ஸ்டேசனுக்கு வரவழைத்தான். ஊரிலிருந்த அம்மாவுக்கும், அப்பாவுக்கும் போன் செய்து விஷயத்தை கூறினான். போலீஸ் ஸ்டேசனில் விடிய விடிய பஞ்சாயத்து நடந்தது.

விடியற்காலையில் அருணின் அப்பாவும், அம்மாவும் வந்து சேர்ந்தனர். ஸ்வேதா இனிமேல் அருணோடு வாழ்வதில்லை என்பதில் உறுதியாக இருந்தாள். கடைசியில், ஸ்வேதா, அருண் மீது போலீசில் கொடுத்த புகாரை வாபஸ் பெற்றுகொள்வ தென்றும், இருவரும் பரஸ்பர ஒப்புதலின் பேரில் விவாக ரத்துக்கு அப்ளை செய்வது என்றும் முடிவாயிற்று.

இருவரும் குழந்தைப் பிறப்பைத் தள்ளிபோட்டிருந்தது நல்லதாகப் போயிற்று. பரஸ்பர ஒப்புதலின் பேரில் என்பதால் சீக்கிரமே விவாகரத்து கிடைத்தது. விவாகரத்து கிடைத்து, ஒரு வருடம் கழித்து, அருண் வேறொரு பெண்ணைத் திருமணம் செய்துகொண்டான். ஸ்வேதா இரண்டு வருடம் கழித்துதான் இரண்டாம் திருமணம் செய்துகொண்டாள். அருணுக்குப் பத்திரிகை கூட அனுப்பியிருந்தாள். அருண் செல்லவில்லை.

கடைசியாக பாரிஸ்கார்னர், குடும்ப நல வழக்குகளுக்கான கோர்ட்டில் விவாகரத்து தீர்ப்பு அளிக்கப்பட்டபோது, அருண் ஸ்வேதாவைப் பார்த்தான். அதற்குப் பிறகு இப்போதுதான் பார்க்கிறான்.

மும்பை வந்து சேர்ந்த முதல் இரண்டு நாட்களும், இருவரும் வேலையில் மும்முரமாக இருந்தனர். கெஸ்ட் ஹவுஸில் எதிரே பார்க்க நேர்ந்தபோது, "ஹாய்" சொல்லிக் கொண்டதோடு சரி.

இரண்டாம் நாள் மாலை, அவன் தங்கியிருந்த அறைக்கு வந்தாள் ஸ்வேதா.

"நாளைக்கு மார்னிங் கிளம்பறேன் அருண்" என்றாள்.

"சரியா பேசவே முடியல. ரொம்ப பிஸியா இருந்த."

"ரெண்டு நாளைக்குள்ள வேலையை முடிச்சாகணும்ல..."

"இஃப் யூ டோன்ட் மைன்ட்... ஒரு அவுட்டிங் போலாமா?"

"ஒய் நாட்? எங்க போலாம்?"

"பக்கத்துல எஸ்ஐஇஎஸ் காலேஜ் காம்பஸ்க்குள்ள காமாட்சியம்மன் கோயில் ஒண்ணு இருக்கு. அங்க ஒரு பெரிய ஆஞ்சனேயர் சிலை கூட இருக்கு. போயிட்டு வந்துடலாமா?"

"தாராளமா... ஒரு நிமிஷம். ஃப்ரெஷ்அப் பண்ணிட்டு வந்துடுறேன்."

சில நிமிடங்களில் அருணும், ஸ்வேதாவும் புறப்பட்டு மெயின் ரோட்டிற்கு வந்தனர். ப்ளாட்ஃபார்ம் நல்ல அகலமாக இருந்தது. சிறிது நேரம் இருவரும் ஒன்றும் பேசாமல், சாலையில் வேகமாகப் பறந்த கார்களைப் பார்த்தபடி நடந்தனர்.

சுவரில் ஒரு சினிமா போஸ்டரைப் பார்த்த அருண், "கல்யாணமாகி நாம்ம முத முதல்ல பாத்த சினிமா ஞாபகம் இருக்கா?" என்றான்.

"ம்... ஸெவன் ஜி ரெயின்போ காலனி."

"கடைசியாப் பாத்தது..."

"ம்... தெரியலயே..."

“கடைசியாப் பாத்த படமும் அதான்... அதுக்குப் பிறகு, ஒரு சினிமா கூடச் சேர்ந்து போகமுடியாத அளவிற்கு இடைவெளி விழுந்துடுச்சு.”

“ஆமாம். ஆனா ரொம்ப நாள் கழிச்சு இப்பப் பாக்கறப்ப வெறுப்பு குறைஞ்சிருக்குல்ல..”

“ஆமாம். ஃப்ரண்ட்லியாப் பேசக் கூட முடியுது.”

“ம்...” என்ற ஸ்வேதா அமைதியாக நடந்தாள். அருண் ஸ்வேதாவின் முகத்தை உற்றுப் பார்த்தான். ஸ்வேதாவைப் பற்றி நல்லதாக நினைத்துப் பார்க்க ஏதாவது இருக்கிறதா என்று யோசித்தான்.

அவளிடமும் சில நல்ல குணங்கள் இருந்தன. ஊரிலிருந்து இவனுடைய அம்மா, அப்பா வந்தால் நன்கு கவனித்துக் கொள்வாள். இவனை எதிர்பார்க்காமல், அவளே அவர்களைக் கோயிலுக்கு அழைத்துச் செல்வாள். அந்த இறுதிச்சண்டை நடந்தபோது கூட போலீசில் ஒரு கோபத்தில் புகார் செய்தாளே ஒழிய, அனைவரும் கூறியவுடன், அதிகம் பிடிவாதம் பிடிக்காமல், புகாரை வாபஸ் வாங்கிகொண்டாள்.

நாம்தான் தவறு செய்துவிட்டோமோ என்று அருணுக்குத் தோன்றியது. எதற்கெடுத்தாலும் காட்டுத்தனமாக அடித்ததை நியாயப்படுத்தவேமுடியாது. சற்றுப் பொறுமையாக அவளிடம் எடுத்துச்சொல்லியிருக்கலாம்.

டாட்டா பிரஸ்ஸைக் கடந்து, சிறிது தூரம் நடந்து, லண்டன் பில்ஷனர் நிறுவனத்திற்கு எதிரே பிரிந்த சாலையில் நுழைந்தபோது, “குழந்தைங்க...”என்று இழுத்தான் அருண்.

“ஒரு பொண்ணு. ரெண்டு வயசாகுது. உனக்கு...”

“எனக்கும் ஒரு பொண்ணுதான். இந்த வருஷம்தான் எல்கேஜி சேர்ந்திருக்கா...”

டி.ஒய்.பாட்டீல் காலேஜைக் கடந்து, எஸ்ஐஇஎஸ் கல்லூரி வளாகத்தினுள் நுழைந்தனர். காமாட்சியம்மன் கோயிலைச் சுற்றிவிட்டு, கோயிலுக்கு முன்புறமிருந்த பூங்காவில் அமர்ந்தனர்.

சற்றுத் தள்ளி அமர்ந்து பேசிக்கொண்டிருந்த மாணவர்களைப் பார்த்தபடி, “இஃப் யூ டோன்ட் மைண்ட்...ஒண்ணு கேட்கலாமா?” என்றான் அருண்.

"தாராளமா..."

"புதுத் திருமண வாழ்க்கை எப்படியிருக்கு?"

"ம்ஹ்ம்... எல்லா ஆம்பளைங்களும் ஒரே மாதிரிதான் இருக்காங்க. ஏன் இத வாங்கற... அத வாங்கறன்னு மறுபடியும் அதே கேள்விகள். அதே சண்டைகள்.... என்ன... அடி உன்ன மாதிரி வலுவாக் கொடுக்கறதுல்ல... ஆளு கொஞ்சம் சோனியா இருப்பாரு. புடிச்சுத் தள்ளினா, அடிக்கறத நிறுத்திடுவாரு. உன்னோட நியூ லைஃப் எப்படி இருக்கு?"

"இங்கயும் அதே கதைதான். அவளுக்கு நான் எங்க வீட்டுக்கு எதுவும் செஞ்சிடக்கூடாது. அவங்க யாரும் வந்தாலும் சரியா கவனிக்கறதுல்ல... நானும் வழக்கம் போலக் கையை நீட்டிடுறேன். சண்டை இன்னும் பெரிசாயிடும். ம்....அப்படியே ஓடிகிட்டிருக்கு..."என்ற அருண் மேற்கொண்டு ஒன்றும் பேசாமல் எதிரே தெரிந்த, கோயில் குருக்களுக்கு ஒதுக்கப்பட்ட அபார்ட்மென்ட்களை வேடிக்கைப் பார்த்தான்.

தங்களுடைய வாழ்க்கையைப் பற்றி யோசிக்க, யோசிக்க... சட்டென்று அவனுக்கு ஒரு உண்மை புரிந்தது. கண்களில் ஒரு வெளிச்சத்துடன் ஸ்வேதாவுடன் பேச ஆரம்பித்தான் அருண்.

"நம்ம ரெண்டு பேரும் சரியில்லன்னுதான் டைவர்ஸ் வாங்கினோம். ஆனா புது வாழ்க்கையிலும் அதே பிரச்சனைகள் தொடருதுன்னா என்ன அர்த்தம்?"

"யாருமே சரியில்லங்கிறியா?"

"இல்ல... நம்ம சரியில்லங்குறேன்."

"புரியல..."

"நல்லா யோசி... மேரேஜ் லைஃப் சரியில்லன்னதும், எல்லாப் பழியையும் பார்ட்னர் மேல தூக்கிப் போடறோமே தவிர, நாம என்ன தவறு செஞ்சோம்னு யாரும் யோசிக்கறதே இல்ல. இப்ப... உன்னை எடுத்துகிட்டின்னா... ஆடம்பர வாழ்க்கை மேல மோகம். அத தட்டிக்கேட்டா எடுத்தெறிஞ்சு பேசறது. என்னை எடுத்துக்கிட்டின்னா... சின்னப் பிரச்சனையா இருந்தா

கூட உடனே அடிக்க ஆரம்பிக்கிறது... அப்படியே பிரச்சனை பெரிசாயிடும்." என்ற அருண் சில வினாடிகள் இடைவெளி விட்டு, "அடிப்படையா நம்மளோட கெட்ட குணங்கள மாத்திக்காம, ஆள மட்டும் மாத்தினா. எப்படி வாழ்க்கை நல்லாயிருக்கும்? நான் சொல்றது புரியுதா?" என்றான்.

"ம்..." என்று சில வினாடிகள் யோசித்த ஸ்வேதா, முகத்தில் சட்டென்று ஏற்பட்ட ஒரு தெளிவுடன், "யூ ஆர் ரைட் அருண். நான் அடிக்கடி யோசிச்சிருக்கேன். ஏன் நம்ம வாழ்க்கை மட்டும் இப்படி இருக்குன்னு. இப்பதான் புரியுது. நம்ம இப்படி இருந்தா, நாம்ம வாழ்க்கையும் இப்படித்தான் இருக்கும். இப்ப உன்னைப் பார்த்தபிறகு தான் எனக்கே ஒரு தெளிவு கிடைக்குது" என்று ஸ்வேதா கூறி முடிக்கவும், அருகிலிருந்த டிஒய் பாட்டீல் கல்லூரி ஸ்டேடியத்தின், உயரமான ஃபோகஸ் லைட்டுகள் பளிச்சென்று எரியவும் சரியாக இருந்தது.

– உயிரோசை இணைய இதழ்,
–2010

9

முனிரத்னத்தின் கதாநாயகிகள்

எதுவும் நிச்சயமற்ற இந்த உலகத்தில், ஒரு விஷயத்தை மட்டும் என்னால் நிச்சயமாகச் சொல்ல முடியும். ஒரு மாரியம்மன் கோயில் திருவிழா நாடகத்திற்காக, ஊட்டியில் ரூம் போட்டு ஸ்டோரி டிஸ்கஷன் செய்த ஒரே நாடக இயக்குனர் எங்கள் ஊர் முனிரத்னமாகத்தான் இருக்க முடியும். அது மட்டுமல்ல. முதன் முதலாக ஒரு தமிழ் மேடை நாடகத்தில், லிப் டு லிப் கிஸ் சீன் வைத்தவனும் அனேகமாக முனி ரத்னமாகத்தான் இருக்கும்.

முனிரத்னத்திற்கு வீட்டில் வைத்த பெயர் நாதமுனி. நாதமுனியின் அப்பா ஊரில் பெரும்புள்ளி.

கும்பகோணம் ரூட்டில் நான்கு பஸ்கள், ரெண்டு ரைஸ்மில்கள், காலை காட்சியாக, 'சாயாக்கடை சரசு' போன்ற படங்களை ஓட்டும் ஒரு தியேட்டர் ஆகியவற்றிற்கு சொந்தக்காரர். அவ்வளவு சொத்துக்களுக்கும் ஒரே வாரிசான தனது மகன் நாதமுனியை செல்லம் கொடுத்தே சீரழித்தார். விளைவு, நாதமுனியால் ப்ளஸ் டூவைக் கூடத் தாண்டமுடியவில்லை.

நாதமுனி கவலைப்படாமல் அப்பாவின் தொழில்களைப் பார்த்துக்கொள்ள ஆரம்பித்தான். கொஞ்ச நாள் தியேட்டரைப் பார்த்துக்கொண்டிருந்தான். அப்போது தான் நாதமுனியின் மனதில் சினிமா இயக்குனராகும் ஆசை வேர்விட்டது. சினிமாவிற்கு செல்வதற்கு முன்பு, நாடகம் போட்டு பயிற்சி எடுத்துக்கொள்ளலாம் என்று எங்கள் ஊர் மாரியம்மன் கோயில் திருவிழாவில் நாடகங்கள் போட ஆரம்பித்தான்.

இயக்குனர் மணிரத்னத்தின் பாதிப்பில் தனது பெயரை முனிரத்னம் என்று மாற்றிக்கொண்டான். முதல் நாடகத்தின் பெயர்: பறவையைத் தேடும் வானங்கள். இயக்கம்: முனிரத்னம் +2 என்று கைகாசு போட்டு, போஸ்டர் அடித்து ஊரெல்லாம் ஒட்டினான்.

நாடகம் ஆரம்பிப்பதற்கு முன்பு, ஏகப்பட்ட ஒட்டுகள் போட்டிருந்த அழுக்குத் திரையின் நடுவில் ஓட்டைப் போட்டு, கையை மட்டும் வெளியே நீட்டி வணக்கம் தெரிவித்து, "என் இனிய தமிழ் மக்களே... உங்கள் பாசத்திற்குரிய முனிரத்னம் மீண்டும் ஒரு காதல் கதையோடு வந்திருக்கிறேன்" என்று முதல் நாடகம் போட்டபோதே, புறங்கையைச் சொறிந்து கொண்டே சொன்னவன். பாரதிராஜா மட்டும் இக்காட்சியைப் பார்த்திருந்தால் மேடையேறி அவனைச் செருப்பால் அடித்திருப்பார்.

மேலும் அந்நாடகத்தில் பரபரப்பிற்காக ஒரு லிப் டு லிப் முத்தக்காட்சி வேறு வைத்திருந்தான். மேடையை இருட்டாக்கிவிட்டு, கதாபாத்திரங்களின் முகத்தில் மட்டும் மஞ்சள் ஃப்ளாஷ் லைட்டை அடித்து, சரியாக மூன்று நிமிடங்கள் அந்த முத்தக் காட்சி நீடித்தது. அநேகமாக எங்கள்

ஊரே துளி கூட சத்தமின்றி இருந்த மூன்று நிமிடங்கள் அதுவாகத்தான் இருக்கும். ஒரே இரவில் மாவட்டம் முழுவதும் முனிரத்னத்தின் புகழ் பரவியது. இந்த முத்தக்காட்சியில் நடிப்பதற்காக கதாநாயகி ஸ்வப்னசுந்தரிக்கு தனியாக ஆயிரம் ரூபாய் கொடுத்தான் முனிரத்னம்.

இப்படியாகப் புகழ்பெற்றிருந்த முனிரத்னத்துடனான எனது முதல் அறிமுகம், வெளியே சொல்லிக்கொள்ளும் அளவிற்கு அப்படி ஒன்றும் கௌரவமானதல்ல. அப்போது நாதமுனி ஒரு மனமகிழ் மன்றம் நடத்தி வந்தான். மனமகிழ் மன்றம் சார்பாக ஒரு நூலகமும் நடத்தி வந்தான். நல்ல காரியம்தானே என்று அவசரப்பட்டுப் பாராட்டிவிடாதீர்கள். அது முழுக்க முழுக்க பலான புத்தகங்கள் மட்டுமே வினியோகிக்கும் லைப்ரரி. உறுப்பினர் கட்டணம், அப்போதே மாதம் ஐம்பது ரூபாய்.

அப்போது நான் கல்லூரியில் முதலாமாண்டு படித்துக் கொண்டிருந்தேன். முனிரத்னத்தின் நூலகத்தில் நான் நுழைந்தபோது, முனிரத்னம் சத்தம் போட்டு, 'விருந்து' அனுபவக் கதை ஒன்றை நண்பர்களுக்குப் படித்துக் காண்பித்துக்கொண்டிருந்தான். "ஈரப் பாவாடை உடம்பில் ஒட்டியிருக்க, எனக்கு சோப்பு போட்டு விடுறீங்களா மாமா என்றாள் மோகனா" என்ற முனிரத்னம் என்னைப் பார்த்த வுடன் படிப்பதை நிறுத்திவிட்டு, "என்னடா?" என்றான்.

"மெம்பர் ஆவணுங்க." என்றேன்.

"ம்... பேரென்ன? என்ன படிக்குற?"

'சந்தோஷ். பி.எஸ்ஸி. பர்ஸ்ட் இயர்ங்க."

"எந்தத் தெரு?"

"மேட்டுத் தெருங்க..."

"அப்பா என்ன பண்றாரு?"

நான் தயங்கினேன்.

"இதுக்கு என்னடா யோசனை? உங்கப்பா என்ன பண்றாருன்னுதானே கேட்டேன்."

“ம்... ஹைஸ்கூல்ல நல்லொழுக்க வாத்தியாரு...” என்று நான் கூறியவுடன், அங்கு பலத்த சிரிப்பு சத்தம் எழும்பியது.

“போய் உக்காரு... என்ன புக் வேணும்?”

“சரோஜாதேவி புத்தகங்க...”

“எடுத்தவுடனே டாப் கியர்ல போவக்கூடாது. முதல்ல பேசிக்லருந்து ஆரம்பிக்கலாம். முதல்ல இந்த மூக்குத்தியைப் படி...” என்றுதான் எனக்கு முனிரத்னம் அறிமுகமானான்.

ஒரு நாள் நான், பருவகாலத்தின் நடுப்பக்கத்தில் வந்திருந்த பெரிய, பெரியவற்றைப் பார்த்துக்கொண்டிருந்தபோது, உள்ளே ட்ராமா டிஸ்கஷன் நடந்துகொண்டிருந்தது.

“கர்ப்பமாக்கினவன் ஹீரோயின ஏமாத்திடறான். நான்தான் உன்கூட படுத்தங்கிறதுக்கு என்ன சாட்சிங்கறான். அப்ப ஹீரோயின் சொல்ற மாதிரி வெய்ட்டா டயலாக் வேணும்” என்று கூறிக்கொண்டிருந்தான் முனிரத்னம்.

“சாட்சியாடா வேணும். அந்தக் கடவுளே சாட்சிடா...” என்றான் அசோக்.

“தூ... கடவுளுக்கு வேற வேலையே இல்லையாடா? ஒவ்வொருத்தனுக்கும் டெய்லி ஒரு பாக்கெட் சிகரெட்டு, வாரத்துக்கு ஒரு குவார்ட்டரு, சினிமானு மாசம் ஐநூறு ரூபா செலவு பண்றேன். எவனாச்சும் உருப்படியா ஐடியா சொல்றீங்களாடா?”

“அண்ணன்... நான் சொல்லட்டுமா?” என்று நான் குறுக்கே புகுந்தேன்.

“சொல்லுடா...”

“இதுக்குல்லாம் சாட்சி வேணும்னா, நீ உங்கப்பாவுக்குதான் பொறந்தேங்கிறதுக்கு கூட சாட்சி வேணும்டா... உங்கம்மா சாட்சி வச்சுருக்காளா?” என்று நான் கூறி முடித்துவிட்டு, அவர்களின் முகத்தை நோக்கினேன். சில வினாடிகள் அமைதிக்குப் பிறகு முனிரத்னம், “சபாஷ்...” என்றவுடன்தான் எனக்கு மூச்சு வந்தது.

தொடர்ந்து, "சபாஷ்டா... சபாஷ்டா.... வாத்தியார் புள்ளல்ல... அதான் மூளை வேலை செய்யுது" என்றபடி முனிரத்னம் என்னை அணைத்துக்கொண்ட அந்த கணத்திலிருந்து நானும், அவர்கள் குழுவில் ஒருவனானேன். சிறிது காலத்திலேயே நாதமுனியுடன் பேர் சொல்லிக் கூப்பிடும் அளவுக்கு நெருக்கமானேன்.

அந்த ஆண்டு நடக்கவிருந்த மாரியம்மன்கோயில் திருவிழாவில் நாடகம் நடத்துவதற்காக, இரண்டு மாதத்திற்கு முன்பே ரிகர்சலை ஆரம்பித்துவிட்டோம். ஹீரோ முனிரத்னம். ஹீரோயின் வழக்கம் போல் ஸ்வப்ன சுந்தரி. இருபது நாட்களுக்குள், அனைவருக்கும் மொத்த வசனமும் அத்துப்படியாகி, இந்த வருஷம் நாடகம் சூப்பர்ஹிட் என்று நாங்கள் நினைத்துக் கொண்டிருந்த நேரத்தில்தான் அந்த செய்தி வந்து தாக்கியது. ஸ்வப்னசுந்தரி தனது காதலனுடன் ஓடிப்போய்விட்டாள்.

"இப்ப என்னடா பண்றது?" என்றான் முனிரத்னம்.

"வேற ஆளப் பார்க்கவேண்டியதுதான்" என்றான் அசோக்.

"ஆமாம்... ஆள் இங்க ரெடியா இருக்கு பாரு.... சுத்துவட்டாரம் நாலு ஊருக்கும், இவ ஒருத்திதான் ட்ராமல நடிக்கறவ. இப்ப எங்கடா போய் ஆளத் தேடறது? எவளும் சாமான்யமா நடிக்க ஒத்துக்கமாட்டாளுங்கடா... இன்னும் ஒரு மாசம்தான் இருக்கு."

"முனி... எங்க காலேஜ் பொண்ணு ஒண்ணு. பேரு சுப்புலட்சுமி. ரெகுலரா காலேஜ் ட்ராமாவுல எல்லாம் நடிக்கும். போய்க் கேட்டுப் பாக்கலாமா?" என்றான் அசோக்.

"காலேஜ்ல நடிக்குறது வேற... இதுக்கெல்லாம் அவங்க வீட்டுல ஒத்துக்குவாங்களா?"

"கொஞ்சம் கஷ்டத்துல இருக்குற ஃபேமிலிதான். காசு நிறையா கொடுத்தா, ஒத்துக்க சான்ஸ் இருக்கு. தெலுங்குகாரங்க... போய்க் கேட்டுப் பாப்போம்..."

அந்தப் பெண்ணின் அப்பா, "ட்ராமா பேரு என்ன?' என்றார்.

"ஓடிப்போனவள்" என்றான் முனிரத்னம்.

"சுத்தம் இல்லங்க... நீங்க வேற ஆளப் பாருங்க."

"சார்... என்ன சார் நீங்க... ட்ராமா டைட்டிலை வேணும்னா மாத்திடலாம் சார்."

"அதுக்கில்லங்க... நாங்கள்லாம் கௌரவமான ஃபேமிலிங்க. ட்ராமால எல்லாம் நடிச்சா சரிப்பட்டு வராது."

"என்ன சார் நீங்க... எம்ஜிஆர், சிவாஜிலருந்து கேபி சுந்தராம்பா வரைக்கும் எல்லாம் ட்ராமால நடிச்சவங்க தான். அவங்கள்லாம் கௌரவமான ஃபேமிலி இல்லையா?"

"அது அந்தக் காலம் தம்பி. சொந்தக்காரங்க எல்லாம் ஒரு மாதிரி பேசுவாங்க."

"சொந்தக்காரங்களுக்கெல்லாம் நம்ப முன்னேறினாலே புடிக்காது. அவங்கள எல்லாம் கணக்குலயே எடுத்துக்கக் கூடாதுங்க. நாங்க ஒண்ணும் சும்மா கூப்புடல. வழக்கமா ஸ்வப்ணசுந்தரிக்கு ஒரு நாடகத்துக்கு ரெண்டாயிரம் ரூபாய் கொடுப்போம். உங்க பொண்ணுக்கு அஞ்சாயிரம் தரோம். யோசிச்சு சொல்லுங்க..."

முனிரத்னம் தடாலடியாக பணத்தைப் பற்றிப் பேசியதற்குப் பலனிருந்தது. இப்போது அவருடைய முகம் மாறியது. "இதோ வர்றன்ங்க..." என்று உள்ளே சென்று குடும்பத்துடன் பேசிவிட்டு வந்தார்.

"எத்தனை நாள் கால்ஷீட் வேணும் தம்பி?" என்றார்.

"கால்ஷீட்டா?"

"நடிகைன்னா அப்படித்தானே தம்பி. இந்த ரிகர்சல்... ட்ராமா... அது, இதுக்கெல்லாம் எத்தனை நாள் வரவேண்டியிருக்கும்?"

"ஒரு இருபது நாள் வரவேண்டியிருக்கும்."

"அதுக்குத் தனியா டெய்லி பேட்டா நூறு ரூபாய் தந்துடணும்."

முனிரத்னம் எங்களை ஒரு முறை பார்த்துவிட்டு, "சரிங்க... பொண்ண ஒரு தடவைப் பாத்துடுறோம்" என்றான்.

“இதோ வரச்சொல்றேன். சுப்பு... இக்கட ராம்மா. வாளு சூடவாள்னாம்...” என்று உள்ளே நோக்கிக் குரல் கொடுத்தவர், “அப்புறம்... தொட்டுக்கற மாதிரில்லாம் சீன் இல்லையே...” என்றார் எங்களிடம்.

“லவ் ஸ்டோரி. தொட்டுக்காம எப்படிங்க நடிக்க முடியும்?”

“அப்ப பானுஸ்ரீ நடிக்க வராதுங்க...”

“பானுஸ்ரீ ஏங்க நடிக்க வரணும்? நாங்க உங்க பொண்ணு சுப்புலட்சுமியத்தான் கூப்பிட்டோம்.”

“அதான் தம்பி... பேர மாத்தியாச்சு. நடிகைன்னு ஆன பிறகு சுப்புலட்சுமின்னு வச்சுகிட்டா நல்லாருக்காதுல்ல...”

நான் குனிந்து சிரிப்பை அடக்கிக்கொண்டேன். முனிரத்னம் என்னைப் பார்த்து முறைத்தான்.

“தோளயாச்சும் தொட்டு நடிக்கலாம்ல... ” என்றான் முனி.

“தோளா?” என்று அலறியவர், “சுப்பு... நூ ரா ஒத்து...” என்று உள்ளே நோக்கிக் குரல் கொடுத்தார்.

“சார் தோள்னா... இங்க சார்...” என்று தனது தோளைத் தட்டிக் காட்டினான் முனிரத்னம்.

“அது தெரியும் தம்பி. தோள்ல எல்லாம் தொட்டு நடிச்சா எங்க இமேஜ் போயிடும். வேணும்னா சுண்டு விரலை மட்டும் லைட்டா தொட்டுக்குங்க...”

“சுண்டுவிரல்?”

“ஆமாம்... சுண்டுவிரல்.”

“சரிங்க...” என்று அசோக்கை ஓரக்கண்ணால் முறைத்தபடி ஒப்புக்கொண்டான் நாதமுனி.

“அப்புறம் ரிகர்சலுக்குத் துணைக்கு ஆள் வருவோம். அவங்களுக்கு சாப்பாடு... அது இதுல்லாம் நீங்கதான் பாத்துக் கணும்.”

“அதெல்லாம் ஒரு விஷயமாங்க? வாங்க... பாத்துக்கலாம்.”

நானும் அதெல்லாம் ஒரு விஷயமா என்றுதான் நினைத்துக் கொண்டிருந்தேன், அவர்கள் ரிகர்சலுக்கு வரும் வரை.

ரிகர்சலுக்கு சுப்புலெட்சுமிக்குத் துணையாக, மொத்தம் ஐந்து பேர் வந்திருந்தார்கள். சுப்புலட்சுமியின் அம்மாப்பா, அண்ணன், தங்கை, கடைசியாக ஒரு தம்பி... சரியான குண்டோதரன். அவனுக்குத் தீனி போட்டுத்தான், அந்தக் குடும்பம் போண்டியாகியிருக்கவேண்டும்.

"என்ன சார்... எல்லாரும் வந்துருக்கீங்க. விட்டுட்டு போக வந்துருக்கீங்களா?"

"இல்லல்ல... துணைக்கு ஆள் வருவோம்னு சொன்னன்ல... எல்லாரும் துணைக்குதான் வந்துருக்கோம். சுப்பு... நூ கூச்சும்மா..." என்று கூற, சுப்புலட்சுமி ஸ்டைலாக சேரில் கூச்சிக்கொண்டது. மற்ற அனைவரும் தரையில் அமர, முனிரத்னம் அவர்களை மிரட்சியாகப் பார்த்தான்.

"லேட்டாயிடுச்சுன்னு, காலைல டிபன் சாப்பிடாமலே வந்துட்டோம். டிபன் சொல்லிரலாமா?'' என்று சுப்புலட்சுமியின் அப்பா கூறிமுடிப்பதற்குள், குண்டோதரன், "நைனா... நாக்கு பொங்கல், வடை, பூரி, ரவாதோசை... என்று அடுக்க, "உண்ட்ரா செப்த்தேனு...'' என்று மொத்தக் குடும்பத்துக்கும் அவர் ஆர்டர் கொடுக்க நானும், அசோக்கும் பெரிய பையை எடுத்துக்கொண்டு கிளம்பினோம். அவர்கள் டிபன் எல்லாம் முடித்துவிட்டு ரிகர்சலை ஆரம்பிக்கும்போது மணி 11 ஆகியிருந்தது.

முனிரத்னம் டயலாக் பேப்பரை சுப்புலட்சுமியின் கையில் கொடுத்துவிட்டு, "இப்படி என்னை உத்து, உத்துப் பாக்காதீங்க... என் உயிரே நடுங்குது... அப்படின்னு ஒரு ஃபீலிங்கோட சொல்லணும்..." என்றான். உயிர் எப்படி நடுங்கும் என்று முனிரத்னத்திடம் கேட்கலாமா என்று நினைத்தேன். இருக்கும் டென்ஷனில் அடித்தேவிடுவான்.

நாலைந்து முறை சொதப்பிவிட்டு கடைசியாக சுப்புலட்சுமி, "இப்படி உத்து உத்து பாக்காதீங்க..... என் உயிரே..." என்று முடிக்க இருந்தபோது அந்த குண்டோதரன், உயிரே போவது போல், "நைனா..." என்று அலறினான். பதறிப்போய் அவனைப் பார்த்தோம். "நைனா..." என்று அவன் தன் தந்தையிடம் ஏதோ தெலுங்கில் கூற, அவர் எங்களைத் தர்ம சங்கடமாக பார்த்தார்.

"பையன் என்னங்க சொல்றான்?"

"அது வந்து... பையனுக்குப் பசிக்குதாம்..." என்று கூற எனக்குத் தூக்கிவாரிப்போட்டது. அவன் அரை மணி நேரத்துக்கு முன்புதான் பொங்கல், ஒரு சாம்பார் வடை, ஒரு பூரிசெட், ரவாதோசை ஆகியவற்றை இறக்கியிருந்தான். நான் அவனைப் பார்க்க, அவன் ஈ....என்று என்னைப் பார்த்து இளித்தான்.

"அவனுக்கு ஏதோ வியாதின்னு நினைக்கிறேன். இப்படித்தான் அடிக்கடி பசிக்குதும்பான். ஒரு நாலே நாலு பிஸ்கெட்...." என்றவரை இடைமறித்து, "சரி... நாலு பிஸ்கெட் வாங்கிட்டு வந்துடுறேன்" என்று எழுந்தேன்.

"இல்ல... நாலு பிஸ்கெட் பாக்கெட் வாங்கிட்டு வந்துடுங்கன்னு சொல்ல வந்தேன்" என்று நைனா கூற, நான் மெதுவாக, "கோவிந்தா... கோவிந்தா..." என்று கூறிவிட்டு நகர்ந்தேன். நான் பிஸ்கெட் வாங்கி வந்து கொடுத்தவுடன், மீண்டும் ரிகர்சல் ஆரம்பித்தது.

முனிரத்னம் உருக்கமாக, "என்ன மறந்துடுன்னு சொல்றதுக்கு பதிலா, செத்துடுன்னு சொல்லியிருக்கலாம்..." என்று கூறிக்கொண்டிருந்தபோது, குண்டோதரன் குறுக்கே புகுந்து, "நைனா.... நாக்கு ஆயி ஒச்சுந்தி..." என்று கதற... என்ன என்று பார்த்தோம். "பையன் டாய்லட் போவணுங்கறான்..." என்றார் நைனா. நானும், அசோக்கும் அழைத்துச் சென்றோம்.

பையன் கதவை மூடினால் பயப்பட... கதவைத் திறந்து வைத்துக்கொண்டு காவலுக்கு இருந்தோம்.

"இப்பவே ஆயிருந்துட்டா நல்லது. அப்பதான் மதியானம் நல்லா சாப்பிடலாம்...." என்று பையன் கூற அவனை முறைத்தோம். "உங்களுக்கு ஆயி வரலையா?" என்று என்னிடம் அவன் அக்கறையாக விசாரிக்க, "உயிர எடுக்காம இருடா..." என்றேன்.

மதியம் சுப்புலட்சுமியின் நைனா, "ஆறு சிக்கன் பிரியாணி, எறா வருவல், சுறா புட்டு, விரா மீன் என்று வரிசையாக ஆர்டர் கொடுக்க... முனிரத்னம், "என்னடா...

நாடகம் தேறுமா? இதுங்க திங்கறதுக்கே மொத்த நாடக பட்ஜெட்டும் காலியாயிடும் போலருக்கு” என்றான்.

முனிரத்னத்தின் அப்பா மலையாளப் படம் ஓட்டி சம்பாரித்த காசெல்லாம், இப்படித் தெலுங்குக் குடும்பத்தால் ஒரு தமிழ் நாடகத்திற்காகக் கரைவதைப் பார்த்து எனக்கு வேதனையாக இருந்தது.

“சரி விடு... நம்ம அவசரத்துக்கு வேற என்ன பண்றது?”

பத்து நாள் வரை ரிகர்சல் சுமுகமாக சென்றுகொண்டிருந்தது. பத்தாம் நாள் காலை, சுப்புலட்சுமியின் குடும்பம் ரிகர்சலுக்கு வரவில்லை. என்ன ஆச்சு என்று யோசித்துக் கொண்டிருந்தபோது, சுப்புலட்சுமியின் அப்பா மட்டும் வந்தார்.

முனிரத்னத்திடம், “சுப்பு இங்க இல்லையா?” என்றார்.

“இல்லையே... என்னாச்சு?”

“இன்னக்கி விடிகாலைல அசோக் வந்து, நீங்க அவசரமாக அழைச்சுட்டு வரச் சொன்னீங்கன்னு அழைச்சுட்டுப் போனான்... திடீர்னு சந்தேகம் வந்துதான் வந்தேன்” என்ற அவரது முகம் அழுவதுபோல் இருந்தது.

“என்னடா... இவளும்....” என்று முனி கூறிக்கொண்டிருக்கும்போதே அசோக்கின் நண்பன் மூர்த்தி ஓடி வந்தான்.

“முனி... மேட்டர் தெரியுமா? அசோக், அந்த சுப்புலட்சுமிய இழுத்துட்டு ஓடிப்போயிட்டான்.”

அதிர்ச்சியுடன் என்னைப். பார்த்த முனிரத்னம், “என்னாச்சுடா... இப்ப பத்து நாளாதான பழக்கம்?” என்றான்.

“ஏற்கனவே அது அவன் ஆளுடா. உங்கிட்ட சொல்லவேணாம்னு சொல்லியிருந்தான். போன வாரம் அவன் வீட்டுக்கு விஷயம் தெரிஞ்சிருச்சு. உடனே வர்ற தை மாசமே அவன் மாமாப் பொண்ண, கல்யாணம் பண்ணி வைக்கப் போறதா சொல்லியிருந்தாங்க. பாத்தான்... உஷாரா, அவன் முந்திக்கிட்டு ஓடிப்போயிட்டான்” என்றான் மூர்த்தி.

“சுப்புலட்சுமி...” என்று கதறிக்கொண்டு நைனா வெளியே ஓடினார். முனிரத்னம் தலையில் கையை வைத்துக்கொண்டு

அமர்ந்தான். "இத்தனை வருஷமாப் பழகுறோம். நம்மகிட்ட கூட ஒரு வார்த்தை சொல்லல பாருடா..." என்றான். நான் பதில் ஒன்றும் சொல்லவில்லை. சில வினாடிகள் அமைதிக்குப் பிறகு, "இப்ப என்னடா பண்றது?" என்றான் முனிரத்னம்.

'டைட்டில மாத்திடலாம் முனி. தலைப்பப் பாரு. ஓடிப்போனவள்.... ஸ்வப்னசுந்தரியும் ஓடிப்போயிட்டா. சுப்புலட்சுமியும் ஓடிப்போயிட்டா. பேசாம டைட்டில மாத்திடு முனி..."

"நீ வேறடா... நான் வேற ஹீரோயினுக்கு என்ன பண்றதுன்னு யோசிச்சுட்டிருக்கேன்..."

"விடு முனி... இன்னும் மூணு வாரம் இருக்கு. அதுக்குள்ள புடிச்சுடலாம்..."

தஞ்சாவூரில், ஒரு முன்னாள் நாடக நடிகையின் பெண், நடிக்க வாய்ப்பு தேடிக்கொண்டிருப்பதாகத் தகவல் கிடைக்க... போய்ப் பார்த்தோம். ஒத்துக்கொண்டார்கள். அந்தப் பெண் மேனகா, அழகாகவே இருந்தாள். அதிகம் அலட்டிக் கொள்ளாமல், வசனங்களை நிமிடங்களில் மனப்பாடம் செய்து ஒப்பிக்க, முனிரத்னம் நம்பிக்கையுடன் ரிகர்சலைத் துவக்கினான்.

எனக்கு செமஸ்டர் பரீட்சைகள் துவங்க, ரிகர்சலுக்குப் போவதைக் குறைத்துக்கொண்டேன். அவ்வப்போது பேருக்கு எட்டிப் பார்த்துவிட்டு வந்தேன். நாடகத்தன்று மாலைதான் எனக்குப் பரீட்சை முடிந்தது. மேனகா எப்படி நடிக்கிறாள் என்பதைப் பார்க்க ஆவலாக இருந்தேன்.

ஆனால் அன்று நாடகம் நடக்கவே இல்லை. நீங்கள் நினைப்பது சரிதான். மேனகாவும் ஓடிப்போய்விட்டாள். உடன் ஓடிப்போனவன்.... முனிரத்னம்.

– குங்குமம்,
நவம்பர் - 2009

10
தேவதையைத் தேடி...

சில அழகான விஷயங்களை வாழ்நாள் முழுவதும் மறக்க முடிவதில்லை. மொட்டை மாடிக் காற்றில் சல்வார் கமீஸ் படபடக்க, "என்னைப்பத்தியெல்லாம் கவிதை எழுதமாட்டியா?" என்று கேட்ட எதிர் வீட்டு ஸ்வர்ணரேகா. பற்களைக் கடித்துக்கொண்டு உதடுகளைப் பிரிக்காமல், 'க்ளிக்காயிடும் வாங்க' என்று கமலிடம் கூறும் "சலங்கை ஒலி" ஜெயப்பிரதா. "பறவை யென்றால் பறக்குமெனும் பாடம் முதலில் படி" என்று கிளி ஜோசியக் காரனிடம் கூறும் கல்யாண் ஜியின் கவிதை.. போன்ற பல விஷயங்கள் இன்னும் மனத்திரை யில் வெளிச்சத்துடன் உள்ளன.

நேற்று மாலை வீட்டுக்கு வந்து நெடுநேரம் பேசிக் கொண்டிருந்து விட்டுக கிளம்பிய மூர்த்தி, வாசலுக்கு வந்ததும், "மறந்தே போயிட்டேன் பாரு, நேத்து பாண்டி பஜார்ல நம்ம சூர்யாவைப் பார்த்தேன். அப்ப எவ்ளோ அழகா இருப்பா...? பாவம்... இப்ப, ஆளே அடையாளம் தெரியலே. கையில் ஒரு குழந்தை, இடுப்புல ஒண்ணு, வயித்துல ஒண்ணு... உடம்பு பெருத்து, மூஞ்சில கிழடு தட்டி, பார்க்கச் சகிக்கல... நீயும் மெட்ராஸ்லதான் இருக்கேன்னு சொன்னதும் பயங்கர சந்தோஷம். தாம்பரத்துல இருக்காளாம். அட்ரஸ் கொடுத்திருக்கா... உன் வொய்ஃபை அழைச்சுக்கிட்டு கட்டாயம் வரச் சொன்னா..." என்று கூறி விட்டு, அட்ரசைக் கொடுத்து விட்டுச் சென்றான்.

"நீங்க பத்தாங்கிளாஸ் படிக்கறப்ப ஜொள்ளு விடுவேன்னு சொல்வீங்களே...அந்தப் பொண்ணுதானே...?" என்றாள், என் இளம் மனைவி இந்து.

"ஜொள்ளு விடலடீ... அவ அழகை ரசிச்சேன். அவ்வளவு தான்."

"அதுக்குப் பேருதான் கண்ணா ஜொள்ளு விடறது" என்று இந்து என் மூக்கைத் திருகினாள்.

அப்போது நான் பத்தாம் வகுப்புப் படித்துக் கொண்டிருந்தேன். மறக்க முடியாத ஒரு ஜூன் மாதக் காலை. ராணி டீச்சர் எங்கள் வகுப்பில் நுழைந்ததும் சலசலப்புச் சத்தம் ஓய்ந்தது. திரும்பிப் பார்த்த நான், சட்டென்று அசந்து போய் எழுந்து நின்று விட்டேன். ராணி டீச்சர் பக்கத்தில் ஒரு அழகான பெண். இல்லை... ஒரு தேவதை. ம்ஹூம். இதுவும் பொருத்தமாக இருக்காது. சுற்றியுள்ளோரின் இயக்கத்தைச் சில வினாடிகள் நிறுத்தி வைக்கக்கூடிய அளவுக்கு, பிரமிக்கத்தக்க அழகுடன் அவள் நின்று கொண்டிருந்தாள்.

மெரூன் நிறத்தில் பட்டுப் பாவாடை, சட்டை, காதில் மெதுவாக அசையும் வளையங்கள், இரட்டை ஜடை, வகுப்பை நிரப்பும் மல்லிகைப் பூ வாசனை என்று அமர்க்களமாக வந்தாள்.

"சந்துரு, உனக்குப் போட்டியா ஆள் வந்துருச்சு. இவ பேரு சூர்யா. புதுசா ஜாய்ன் பண்ணியிருக்கா. சூர்யா... இவன் சந்திரசேகர். ஆறாவதுல இருந்து இவன்தான் ஃபோர்ஸ்ட் ரேங்க்! இவனை பீட் பண்ணு பார்க்கலாம்..." என்று டீச்சர் கூறியவுடன்தான் சுய நினைவுக்கு வந்தேன்.

சூர்யா என்ற அந்தப் பூங்கொத்து மெதுவாகத் தன் இதழ்களை விரித்துச் சிரித்தது. பொன் மஞ்சள் நிறம். இன்னும் எழுதாத பல கவிதைகளைத் தன்னுள் வைத்திருக்கும் அந்த அகன்ற கண்கள். நெல்லிக்காயை வாயில் அடைத்துக் கொண்டது போன்ற அந்த உப்பலான கன்னங்கள்... உடனடியாக அந்தப் பெண்ணிடம் நான் ஃபர்ஸ்ட் ரேங்கை இழக்கத் தயாராக இருந்தேன்.

ஒரு மாதம் வரை பேசச் சந்தர்ப்பம் கிடைக்கவில்லை. பத்தாம் வகுப்புக்கு அரசுத் தேர்வு என்பதால், பள்ளி நேரம் முடிந்த பிறகு எங்களைத் தனியாகப் படிக்க வைப்பார்கள். டீச்சர், என்னையும் சூர்யாவையும் சேர்ந்து படிக்கச் சொன்னார். மார்கழிக் குளிரில் நனைந்த மலரைத் தொட்டது போல் மனதில் சில்லென்ற ஒரு சிலிர்ப்பு.

"நாம ரெண்டு பேருமே நல்லாப் படிப்போம். அதனால சீக்கிரம் படிச்சுட்டு, சீக்கிரம் வீட்டுக்குப் போயிடலாம்..." என்றாள் சூர்யா.

சீக்கிரமே படித்தோம். ஆனால் சீக்கிரமே வீட்டுக்குப் போகவில்லை... பேசினோம்.

"அன்னிக்கு நீ நல்லாப் பாடினே..." என்றாள் சூர்யா.

நான்தான் எங்கள் பள்ளியின் எஸ்.பி.பி! டீச்சர்ஸ் மீட்டிங்கின்போது, மாணவர்கள் அமைதியாக இருக்க... எல்லோரையும் ஒரே ஹாலில் அமர்த்தி என்னைப் பாடச் சொல்லி விட்டுச் செல்வார்கள்.

"எந்தப் பாட்டு ரொம்பப் பிடிச்சது...?" என்றேன்.

" 'தங்கமகன்' பாட்டு..."

"நீ பாடுவியா...?"

"ம் சுமாரா!"

"ஒரு பாட்டுப் பாடேன்..."

"ஐயோ... எனக்கு வெட்கமா இருக்கு..." என்று சிணுங்கிய சூர்யாவின் முகம், இப்போது நினைத்தாலும் இனிக்கிறது.

"பரவாயில்ல, பாடு..." என்றேன்.

"மௌனமான நேரம்.. இள மனதில் என்ன பாரம்..."

என்று பாடிய சூர்யா, மேற்கொண்டு பாடாமல் தன் முகத்தைக் கைகளால் மூடிக்கொண்டு எழுந்து ஓடி விட்டாள்.

அப்போதுதான் புதிதாக மதுரையிலிருந்து சென்னைக்கு வைகை எக்ஸ்பிரஸ் விட்டிருந்தார்கள். எங்கள் ஊரில் அது நிற்காது. எனவே அதைக் காண்பிப்பதற்காக ஒரு ரூபாய் கலெக்ட் செய்து, எங்களை அழைத்துச் சென்றார்கள்.

ஆற்றுப் பாலத்தின் கீழ், கணுக்கால் அளவு நீரில் டிரெயின் வருவதற்காகக் காத்துக் கொண்டிருந்தோம். அப்போது நீண்ட நேரம் பேசினோம். பார்க்கப் போகும் வைகை எக்ஸ்பிரஸ் நிறத்துக்கு மாட்ச்சாக சூர்யா பச்சை நிறத்தில் பட்டுப் பாவாடை, சட்டை அணிந்து கொண்டிருந்தாள். நான் பேசியது சரியாக ஞாபகத்தில் இல்லை. ஆனால், அவள் பேசிய வார்த்தைகள் கால வெள்ளத்தில் இன்னும் கரையாமல் இருக்கின்றன.

" 'சகலகலா வல்லவன்' படம் பார்த்துட்டியா நீ...?"

"அம்மா கழுத்தைக் கட்டிக்கிட்டுத்தான் தெனம் தூங்குவேன்..." என்றாள், அழகாகக் காற்றில் பறந்த பாவாடையைக் கால் இடுக்கில் செருகிக் கொண்டு...

"உவ்வே... எலந்தப் பழம்னா எனக்குப் பிடிக்காது..." என்றாள், அழகாக உதடுகளைச் சுழித்துக் கொண்டு.

"நம்ம ஊர்ல ஏன் வைகை நிக்க மாட்டேங்குது..?" என்றாள் அழகாகத் தலையைச் சாய்த்துப் பாலத்தைப் பார்த்துக் கொண்டு.

பிறகு வைகை வந்தபோது, இவள் டிரெயினைப் பார்த்தாளா... இல்லை, டிரெயினில் இருந்தவர்கள் இவளைப் பார்த்தார்களா என்பது ஆய்வுக்குரிய விஷயம்.

அந்த வயதில் அவள் மேல் எனக்கு ஏற்பட்டிருந்த ஈர்ப்பை, இன்னதென்று இப்போதுகூட என்னால் வகைப்படுத்த முடியவில்லை. அது நிச்சயமாகக் காதல் இல்லை. அவளைத் திருமணம் செய்து கொள்ள வேண்டும் என்றெல்லாம் தோன்றவில்லை. ஆனால், அவளின் அழகை மிகவும் ரசித்தேன் என்பதில் எந்தச் சந்தேகமும் இல்லை.

எங்கள் பள்ளியில் ஒரு பார்லிமெண்ட் உண்டு. ஆனால், எம்.பி.க்களையெல்லாம் தேர்ந்தெடுக்க மாட்டார்கள். எல்லா மாணவர்களையும் கிரவுண்டில் அமர்த்தி, நேரடியாக மந்திரிகளைத் தேர்வு செய்வார்கள். எங்கள் பள்ளியில் ப்ளஸ் ஒன், ப்ளஸ் டூ இல்லை. எனவே, இருப்பதிலேயே பெரிய வகுப்பான பத்தாம் வகுப்பு மாணவர்களைத்தான் மந்திரிகளாகத் தேர்வு செய்வார்கள். கை உயர்த்துதல் மூலமாக ஓட்டெடுப்பு நடைபெறும்.

அந்த வருடமும் பார்லிமெண்ட் கூடியது. அப்போது இந்திரா காந்தி பிரதமராக இருந்ததால், 'நமது பள்ளியிலும் ஒரு பெண்தான் பிரதமராக வேண்டும்' என்று எங்கள் டீச்சர், சூர்யாவின் பெயரைப் பரிந்துரைத்தார். என்ன ஒரு ஜனநாயகம்? "வேறு யாரேனும் போட்டி இடுகிறீர்களா...?" என்று ஒரு சம்பிரதாயத்துக்குக் கேட்டார்.

"டேய்... எழுந்திருடா..." என்று என்னைப் பசங்கள் உசுப்பி விட்டார்கள்.

பள்ளியில் எனக்கிருந்த செல்வாக்குக்கு, நான் போட்டியிட்டிருந்தால் வெற்றி பெற்றிருப்பேன். ஆனால், சூர்யாவை எதிர்த்து நான் நிற்பேனா...? எனவே, சூர்யா ஒரு மனதாகப் பிரதம மந்திரியாகத் தேர்ந்தெடுக்கப் பட்டாள். நான் சுகாதார மந்திரி. சுகாதார மந்திரி என்றால், வெள்ளிக் கிழமை தோறும் குப்பைகளை எரிக்க வேண்டும். யாருக்கேனும் காயம் ஏற்பட்டால் டிஞ்ச்சர் போட்டுவிட வேண்டும். ஒழுங்கு மந்திரியின் வேலைகள்... காலையில் எல்லா வகுப்புகளுக்கும் சென்று சாக்பீஸ், அட்டெண்டன்ஸ் வைத்து வருதல், பெல் அடித்தல்.

காவல் மந்திரியின் வேலைகள்: லேட்டாக வரும் மாணவர்களைக் கேட்டுக்கு வெளியே நிறுத்தி வைத்தல்,

கிளாசில் தவற விட்டுச் செல்லும் பொருட்களை எடுத்து வைத்திருந்து, மறுநாள் பிரேயரில் "இது யாருது...?" என்று கேட்டல்.

பிரதம மந்திரிக்குப் பிரேயரின்போது, 'இந்தியா எனது தாய்நாடு' என்று உறுதிமொழி கூறுதல், மற்ற மந்திரிகளின் பணிகளை மேற்பார்வையிடுதல் போன்றவற்றைத் தவிர, உருப்படியான வேலை வேறொன்றுமில்லை.

சூர்யா, எனது பணிகளை மட்டும் மேற்பார்வை யிடுவாள். நான் குப்பை எரிக்கச் செல்லும்போது, என்னுடன் அவளும் வருவாள். குப்பையை எரிய விட்டு விட்டு, தூரத்தில் அமர்ந்து கொள்வோம். நடுநடுவே, அனலில் கைகளை நீட்டிக் கன்னத்தில் வைத்துக் கொள்வோம். ஒரு வெள்ளிக்கிழமை காலையில் ப்ளூ கலர் பாவாடை, சட்டை அணிந்து கொண்டு, அனலில் கைகளை நீட்டி எடுத்துத் தனது உப்பலான கன்னங்களில் வைத்துக் கொண்டு, "காக்கைச் சிறகினிலே நந்தலாலா..." என்று சூர்யா பாடிய பாரதியார் பாட்டு, இன்னும் என் செவிகளில் ஒலித்துக் கொண்டிருந்தது.

இந்த மந்திரி பதவியே எங்கள் நட்புக்கு உலை வைக்கும் என்று நான் சற்றும் எதிர்பார்க்கவில்லை. மாலை நான்கு மணியானவுடன் எங்கள் பள்ளியில் குப்பை பெல் என்று ஒரு பெல் அடிப்பார்கள். அப்போது எல்லா மாணவர்களும் வகுப்பை விட்டு வெளியே வந்து கிரவுண்டில் கிடக்கும் காகித, வேப்ப இலைக் குப்பைகளைப் பொறுக்க வேண்டும். ஐந்து நிமிடம் கழித்து 'சாமி பெல்' என்று ஒன்று அடிப்பார்கள். அப்போது மூன்று நிமிடம் அங்கேயே நின்று பிரேயர் செய்து விட்டு, பிறகு குப்பைகளைக் குப்பைத் தொட்டியில் போட வேண்டும். ஆனால் பல மாணவர்கள் பிரேயருக்கு நிற்கும் போது, நைசாக பொறுக்கிய குப்பையைக் கீழே போட்டு விடுவார்கள். அவ்வாறு போடுபவர்களைக் கண்டுபிடித்து ஹெச். எம்–மிடம் தண்டனை வாங்கிக் கொடுப்பது சுகாதார மந்திரியான என்னுடைய பணி.

துரதிஷ்டவசமாக ஒருநாள் மாலை... பிரதம மந்திரியான சூர்யாவே பிரேயரின்போது, தான் பொறுக்கி வைத்திருந்த

குப்பையைக் கீழே போட்டு விட்டாள். அதை சேகர் என்ற சக மாணவன் பார்த்துத் தொலைத்து விட்டான். நானும் கூடப் பார்த்தேன். அவ்வளவுதான்... சேகரும் அவன் கூட்டாளிகளும் நான் 'வேண்டாம் என்று மறுக்க மறுக்க, என்னை ஹெச். எம். ரூமுக்குள் தள்ளிக் கொண்டு போனார்கள். சூர்யா குப்பையைக் கீழே போட்ட விஷயத்தை ஹெச். எம்.மிடம் சொன்னான் சேகர். பொய் சொல்ல மனமின்றி, நானும் அதை ஆமோதித்தேன். எங்கள் கோபக்கார ஹெச். எம். சூர்யாவைக் கூப்பிட்டுக் கடுமையாகத் திட்டினார்.

'ஒரு பிரதம மந்திரியே இப்படியிருந்தா, ஸ்கூல் எப்படி உருப்படும்...? நாளைக்கே நம்பிக்கை இல்லாத் தீர்மானம் கொண்டு வந்து, உன்னை டிஸ்மிஸ் பண்றேன்' என்றார்.

என் மனசு கலங்கியது. என்னை முறைத்துப் பார்த்த சூர்யாவைப் பார்க்கத் தைரியமின்றி தலையைக் குனிந்து கொண்டேன்.

மறுநாள் எங்கள் பள்ளியின் நாடாளுமன்ற வரலாற்றில் முதன் முறையாக ஒரு பிரதம மந்திரி பதவி நீக்கம் செய்யப்பட்டார். எனக்கு வேதனையாக இருந்தது.

கூடுதல் தண்டனையாக ஹெச்.எம்., சூர்யா ஒரு டேபிளைத் தூக்கித் தலையில் வைத்துக் கொண்டு கிரவுண்டை ஒரு முறை சுற்றி வர வேண்டும்' என்று சொல்லி விட்டார். தடுக்க வழியின்றி நான் சூர்யாவைப் பார்க்க... சூர்யா கண்ணீருடன் டேபிளைத் தூக்கித் தலையில் வைத்துக் கொண்டு கிரவுண்டைச் சுற்றி வந்தாள்.

அன்று மாலை ஸ்கூல் முடிந்து அனைவரும் சென்றவுடன், சூர்யாவிடம் சென்று 'ஸாரி' கேட்டேன். கண்கள் முழுவதும் வெறுப்பு பொங்க, கீழுதட்டைப் பிதுக்கி அழுகையை அடக்கியபடி, "சீ... போடா... இனிமே எங்கிட்டப் பேசாதே..." என்றபோதுகூட சூர்யா அழகாகத்தான் இருந்தாள். அவ்வளவுதான்... அதற்குப்பிறகு அந்த ஸ்கூலை விட்டுச் செல்லும்வரை சூர்யா என்னிடம் ஒரு வார்த்தைகூடப் பேசவில்லை. பிறகு, அவளின் அப்பா வேறொரு ஊருக்கு மாற்றலாகிச் சென்றுவிட... பார்க்கக்கூட முடியவில்லை. அதற்குப் பிறகு இப்போதுதான் சந்திக்கப்போகிறேன்.

எலெக்ட்ரிக் டிரெயின் நின்றதும் நானும், என் மனைவியும் தாம்பரம் சானடோரியத்தில் இறங்கினோம். அட்ரஸ் விசாரித்துக்கொண்டு அந்தத் தெருவில் நுழைந்தோம்.

என் மனதில் சின்னதாக ஒரு படபடப்பு. காலிங் பெல் அடித்தவுடன், பட்டுப் பாவாடை, சட்டையுடன் வந்து அவள் கதவைத் திறப்பாள். சே... எப்படி இன்னும் பாவாடை சட்டையில் இருப்பாள்? முப்பது வயதாகியிருக்கும். மூர்த்தி சொன்னபடி பார்த்தால்... மிகவும் குண்டாக, உடம்பு தளர்ந்து, கண்களின் கீழ் கருவளையத்துடன் தன் பிள்ளைத் தாய்ச்சி வயிற்றை இடுப்பில் கை வைத்துத் தாங்கிக் கொண்டு... கடவுளே... நான் பார்க்கப் போவது அந்தப் பழைய தேவதை சூர்யா இல்லையோ!

"தோ... எட்டாம் நம்பர்!" என்ற என் மனைவி அந்த வீட்டு வாசல் முன் நின்றாள். படியேறி காலிங் பெல்லை அழுத்தினாள். உள்ளே மெதுவாக ஆள் நடந்து வரும் சத்தம் கேட்டது. சட்டென்று முடிவு செய்து, நான் வேகமாகத் திரும்பித் தெருவில் நடக்க ஆரம்பித்தேன்.

"என்னங்க... என்னங்க..." என்று என் மனைவி பின்னால் ஓடி வந்தாள்.

"ஏங்க பார்க்காம வந்துட்டீங்க..?"

"வேண்டாம் இந்து... இன்னும் என் மனசுல அந்தப் பழைய, அழகான சூர்யாதான் இருக்கா... இப்ப, இவளைப் பார்த்து அந்தப் பிம்பத்தை அழிக்க விரும்பல..." என்றேன்.

"இவ்வளவு ஃபீல் பண்ணிச் சொல்றீங்க... நிச்சயமா அந்தப் பொண்ணுமேல உங்களுக்கு இருந்தது காதலாதான் இருக்கும்!"

"இல்ல இந்து... நிச்சயமா அது காதல் இல்ல... உனக்கு எப்படிப் புரிய வைக்கிறது...? நிலாவை ரசிக்கிற மாதிரி, ஒரு பூவை ரசிக்கிற மாதிரி... அவளை ரசிச்சேன். அவ்வளவுதான்... நமக்குப் பிடிச்ச ரோஜாப்பூவை யாராவது கசக்கிப் பிச்சுப் போட்டா, அதை நம்மால ரசிக்க முடியுமா..? அதே மாதிரிதான் இதுவும்..."

"அப்ப, நான் வயசாகி அசிங்கமாயிட்டா... என்னையும் பார்க்க மாட்டீங்களா..?"

"நீயும் அவளும் ஒண்ணா...? நீ என் மனைவி. சாகற வரைக்கும் எங்கூட இருக்கப்போறவ. அதுவேற, இதுவேற. சூர்யாவின் அழகை ஒரு பத்து மாசம் ரசிச்சேன். அவ்வளவுதான். அதுக்குமேல ஒண்ணுமில்ல..."

இந்து என் கண்களைப் பார்த்தாள். பின்பு தன் விரல்களை என் விரல்களுடன் கோர்த்து இறுக்கிக் கொண்டாள்.

நாங்கள் நடக்கத் தொடங்கினோம்.

— ஆனந்த விகடன்
-1999

ஜி.ஆர்.சுரேந்தர்நாத் அவர்களின்

1. மழைக்காலம் — ரூ.33.00
2. தொலைந்த காலம் — ரூ.36.00
3. தீராக்காதல் — ரூ.75.00
4. கமல்ஹாசனும் காளிமுத்துவும் — ரூ. 111.00